மாயத்தச்சன்

மாயத்தச்சன்

[பிச்சமூர்த்தியின் கவித்வம்]

பாகம் – இரண்டு

சி. சு. செல்லப்பா

Title: Maayathachan
Author's Name: C.S. Chellappa

Published by Ezutthu Prachuram

Ezutthu Prachuram
(An imprint of Zero Degree Publishing)
No. 55(7), R Block, 6th Avenue,
Anna Nagar,
Chennai - 600 040

Website: www.zerodegreepublishing.com
E Mail id: zerodegreepublishing@gmail.com
Phone : 89250 61999

Ezutthu Prachuram First Edition: May 2022
ISBN: 978-93-91748-87-6
TITLE NO EP: 347

Cover Design & Layout: Vijayan, Creative Studio

வழித்துணை

இந்தக் கவிதை பிச்சமூர்த்தியின் தலைசிறந்த குறுங்காவியம்; கதைக் காவியம். அவர் (1934–44) முன்பே ஆறு நீண்ட கதைக் காவியங்களை எழுதி இருக்கிறார். 'ஒளியும் இருளும்', 'தாயும் குஞ்சும்', 'அக்னி', 'உயிர் மகள், 'மழையரசி', 'சாகா மருந்து' ஆகியவை. அவை உருவகக் குறியீட்டு அம்சம் கொண்டவை. அவற்றின் நடைபாணி, மரபொலியும் புதுக்கவிதை ஒலியும் இணைந்தவை. பொதுவாகக் கதையம்ச கதைக்காவிய உருவபாணி மரபுக் கவிதை ஒலிப்பாங்குக்குத்தான் ஒத்து இருப்பது. அதற்கு சரளவோட்டம் தேவை. புதுக்கவிதைக்கு சரளவோட்டம் கிடையாது. மரபுக் கவிதையிலிருந்து மாறுபட்ட கவிதை நடையைக் கைக்கொண்ட பிச்சமூர்த்தி, தன் புது முயற்சிக்கு 'வசன கவிதை' என்று பெயர் சூட்டிக்கொண்டார். அந்த ரீதியில் பதினொரு கவிதைகள் எழுதிய பின் 'இருளும் ஒளியும்' (191 வரிகள்) எழுதியபோது யாப்பிலக்கண பின்பற்றல் இல்லை என்றாலும் சொற்களையும், சொல் சேர்க்கைகளையும் பயன்படுத்திய விதத்தில்

மரபொலியை அதில் ஒலிக்க வைத்து இருந்தார். கம்பன் தொல்காப்பிய யாப்பிலக்கண ரீதியாக சீர், தளை வரி நியதிகளைக் கைப்பற்றாமல் எதுகை மோனையை முக்கியமாக வைத்துக்கொண்டு ‘விருத்தம்’ என்ற புதுமுறையாக மாத்திரைகளை எண்ணிப் போட்ட வரிகளைக் கொண்டு புதிய மரபொலி ஏற்றிய காவியம் படைத்தான் பாரதி.

ஆசிரியப்பா, அகவல் நெகிழ்ச்சியாக குயில் குறுங்காவியம் இயற்றி இருக்கிறார். அதோடு பாரதி ‘பாஞ்சாலி சபதம்’ முன்னுரையில், ‘எளிய பதங்கள், எளிய நடை, எளிதில் அறிந்துகொள்ளக்கூடிய சந்தம், பொதுஜனங்கள் விரும்பும் மெட்டு இவற்றினுடைய காவியம் ஒன்று தற்காலத்திலே செய்து தருவோன் நமது தாய்மொழிக்கு உயிர் தருவோன் ஆகிறான். ஓரிரண்டு வருஷத்து நூற்பழக்கமுள்ள தமிழ் மக்கள் எல்லோருக்கும் நன்கு பொருள் விளங்கும்படி எழுதுவதுடன் காவியத்துக்குள்ள நயங்கள் குறைவுபடாமலும், நடத்த வேண்டும்’ என்று குறிப்பிட்டிருக்கிறார். பாரதியே தற்கால காவியங்களுக்கு, பழமை யாப்பிலிருந்து மாறி புதிய யாப்பில் எழுதவேண்டும் என்பதை சூசகமாக உணர்த்துகிறான். பிச்சமூர்த்தியும் அதேதான் செய்திருக்கிறார்.

இந்த ஆறு மரபொலி இழைந்த நீண்ட கவிதைகளுக்குப் பின் கிட்டத்தட்ட இருபது ஆண்டுகளுக்குப் பின் எழுதப்பட்டது, ‘வழித்துணை’. புதுக்கவிதை பாணியாக அதை எழுத்துவில் வெளியிட்டபோது தலையங்கத்தில் எழுதினதை இங்கு தருகிறேன். ‘புதுக்கவிதையில் முன்னேறின ஒரு மைல்கல்லாக நிற்கிறது வழித்துணை. ஒரு காவிய இயல் பாணி (கிளாசிசம்) படைப்பில் காணக்கூடிய நிதானமும், அமைதியும் ஒழுங்கும்,

ஒரு மிகு உணர்ச்சியில் (ரொமான்டிக்) படைப்பில் காணக்கூடிய உணர்ச்சித் தெறிப்பும், சுதந்திர மனக் கற்பனை ஓட்டமும், ஒரு நடப்பியல் (ரியலிஸ்டிக்) படைப்பில் காணப்படும் நடைமுறை இயல்பான மெய்ம்மைத் தகவல்களும், விவரணங்களும் இயல்பான மனவோட்டமும் உணர்வும் கலந்து, இழைந்து, முரண்பாட்டு தொனி சிறிதும் எழாமல் சுருதிபேதம் எழாதவிதமாக ஒன்றிப்புச் சிறப்பும் உத்தேச நோக்கும் பூரணமும், ஒரு அடிப்படையான யதார்த்த மதிப்பு, தத்துவமும் அடங்கிய தலைசிறந்த சாதனை' என்று எழுதியிருந்தேன். 'மானிட நேசம்' அவருக்குள் உறைந்து இருக்கிறது. மனித மனத்தைக் குடைந்து அவனுக்கே தெரியாத சிறுமைகளை எல்லாம் விண்டுகாட்டி உணர்த்துகிறார்.

பிச்சமூர்த்தியின் அசைக்க முடியாத திடநம்பிக்கை ஒன்றை ஒரேவிதமாகத்தான் சொல்ல முடியும். வேறுவிதமாகச் சொல்வதானால் அது வேத விஷயமாகத்தான் இருக்கும் என்பது. எந்த உலக மகாகவிகளும் செய்திருப்பது போலவே இந்தக் கவிதை பழிபாவங்களைக் கையாண்டிருப்பது வெகு சிறப்பானது. படிமங்களை அள்ளிக்கொட்டியிருக்கிறார். படிமங்களாலேயே ஆன ஒரு குறுங்காவியம். தலைப்பே ஒரு படிமக் குறியீடு. மனித நலத்துக்கு வைட்டமின்கள், மினரல்கள் போலவே கவிதை நயத்துக்கு போஷாக்கு ஏற்றுபவையாக உருவகம், உவமை ஆகிய படிமங்கள் அத்தியாவசியமான அம்சங்கள்.

இந்தக் கவிதைக்கு எழுதிய முன்குறிப்பில் 'என்றோ நமது புராணங்களில் படித்த ஒரு கதை இதற்கு ஆதாரம். கதையின் கருவை மட்டும் எடுத்துக்கொண்டேன். கருவுக்கும் உருவுக்கும் இடையே உள்ள சப்த தாதுக்கள்

என்னுடையவை' என்று குறிப்பிட்டிருக்கிறார். இந்த சப்த தாதுக்கள் இலக்கிய ரீதியாக கற்பனை, படிமம், வர்ணனை, நடை உத்தி, அமைப்பு, மதிப்பு ஆக ஏழு அம்சங்களாகும். இந்த ஏழு அம்சங்களில் எது ஒன்று குறைந்தாலும், சரிவர அமையாவிட்டாலும் படைப்பு முழுமையாகாது; தரமானதாகவும் இருக்க முடியாது. இந்த ஏழு அம்சங்களிலும் கவிதையைப் பார்ப்பதுதான் ரசிகன், விமர்சகன் பொறுப்பும், கடமையும் ஆகும்.

முதலில், மிக நீண்டதாக இருந்தாலும் கவிதையைத் தருகிறேன், கவிதை 463 வரிகள் கொண்டது. முழுவதும் இரு சொல் (சீர்) குறளடிகளும், முச்சொல் (சீர்) சிந்தடிகளும் கொண்டது. அபூர்வமாக நான்கு நான்கு சொல் (சீர்) அளவடிகள்தான் இருக்கின்றன.

அவர் இந்தக் கவிதையை வெளியிட்டது போலின்றி ஒரு கருத்து 'யூனிட்கள்' வைத்துப் பிரித்துத் தந்திருக்கிறேன். இதில் ஆசிரியக்கூற்று, பாங்கோடு சம்பாஷணை பாங்கும் (நாடகரீதியாக) இருப்பதையும் பிரித்துக் காட்டுகிறேன்.

வழித்துணை

1

1. பல்லாண்டு பல்லாண்டாய்
பாண்டங்கள் செய்து
பழுத்த விரல் படைத்த
பண்டைப் பழங்குயவன்
பணி செய்யும் வேளையின்
இடை நேரத் திரையில் 1-6

2. முயலுதடு, மூக்கறையன்,
பன்றிக்கண், தொன்னைச் செவி,
குச்சிக்கால் மோழைவிரல்,
ஏற்றச்சால் வயிறு,
மழை கரைத்த ரஸ்தா,
கப்பிக்கல் பல்வரிசைப் 7-12

3. படைதிரண் டெழுவதைப்
பார்த்துப் பதைத்தான்.
ஏமாற்றும் காற்றை

உட்கொண்ட பாண்டங்கள்,
ஒலிக்காத பேச்சில்
வினவுவதை உணர்ந்தான். 13–18

4. “பலயுகமாய்ப் பணியில்
விரல் பழுத்துப் போனாலும்
நின்று நிதானிக்க
நேரம் கிடைக்காமல்
காலத்தின் திருட்டு கதி
குளம்படிக் கஞ்சி
வெந்ததும் வேகாததுமாய்,
பச்சையாய்,
அரை வேக்காடாய்,
அவசரத்தில் பாண்டங்களை
அறுத்துத் தள்ளும்
சட்டி பானைக்
கடைக்காரனா நீ?
மர்மம் அறியாத
மலட்டுக் கலைஞனா?
வனப்புக் கடலறியா
வாவித் தவளையா?” 19–35

5. பேச்சைக் கேட்டதிர்ந்து
நிலை புரண்டு மண்ணில்
நெடும்பனையாய் வீழ்ந்த
பண்டைப் பழங்குயவன்
குமரபுரக் காட்டின்
மூலிகைக் காற்று
முகத்தில் பட்டதும்
விழியைத் திறந்தான். 36–43

2

6. குமரபுரத்தி லொரு
தச்சன் - கொல்லன்
கொத்தன் - கலைஞன்
எல்லாம்.
கற்பகத் தருவாய்
வேண்டுவோர்க்கு வேண்டுவதாய்
ஆகும் மேதை.
பொருளுக்கு அடிமை
ஆகாத மேதை.
செய்வதைச் சுத்தமாய்ச்
செய்வதில் மனத்தை
கற்பூரமாக்கும்
இயல்புப் பைத்தியம்.
தச்சன் கொத்தன் என்று
வில்லைகள் ஒட்டி,
பலவேறு பணிகளுக்குப்
பரிந்தழைத்தாலும்,
வேலையைக் கறந்து
கூலிக்கு நாமம்
குழைத்துப் போட்டாலும்
பதறாத ஊமை
சிதறாத ஆமை.
செய்யும் வேலையின்றி
சாயுஜ்ய மறியாத
செங்கால் கொக்கு.
செயலும் சித்தமும்
விரலும் திறமையும்
ஒன்றாகி வாழ்வில்

தலைமை தந்தாலும்
தனிப்பிறவி தடத்தூடே
செல்லும் தேனீ... *44-74*

7. சுவடில்லாப் பாதையில்
வழிகாட்ட
நத்தைக்குக் கொம்புண்டு,
யானைக்கு முன்கால் உண்டு.
குருடனுக்குக் கோலுண்டு;
தச்சனோ
தினத்திற்கும் வழிகாட்டும்
கைக்கோலைச் செய்ய
வனத்திற்கு ஓர் நாள்
வழிந்தாடி வந்தான்
காலையில் வந்தவன்
கண்ணோட்டம் விட்டான். *75-85*

8. மருதை, மா, பலா,
கருங்காலி, நாகை,
வாகை, வேங்கை
கல்லாலம், காட்டுப்பனை,
வெப்பாலை, நிலவேம்பு.
காட்டிலந்தை, குருந்தை-
அத்தனை மரங்களும்
அன்பார்ந்து அழைத்தன.
என்றாலும்
தகுந்த கொம்பைத்
தேர்ந்தெடுக்கும் சோதனையில்
கடமைக்கும் கலைக்கும்
கருணை நெகிழ்வேது? *86-93*

9. கருங்காலி பாறங்கல்,
மருதை மாம்பழநார்,
கல்லாலமதை இழைத்தால்
இழைப்புளியின் வாயுதிரும்,
காட்டு மர வகை எல்லாம்
தனித்தனியாய் சோதித்து
நல்லதைப் பொறுக்க
பிடித்த நாள் கணக்கை
விழிதிறந்த குயவன்
வியப்புடனே கணித்தான். 99–108

10. தான் விழுந்த நாளில்
நண்டு நடமாடும் கடகத்தில் இருந்த ரவி
இன்றோ
முதலைக் கரவிருக்கும்
மகரத்தில் தென்பட்டான்.
வெண்மரக் கிளை எதிரே
வெட்டிக் கிடந்தது.
மரம் பொறுக்கவா
மாதம் ஆறு?
ஆறு மாதத்தில்
ஆறு லட்சம்
அறுத்தெடுத்திருப்பான்
காலக் கண்ணற்று
கிணற்றில் வளையவரும்
ஆறுகால் பூச்சி இவன்
என்று நகையாடிப்
பழங்குயவன்
வானேறிச் சென்றான்... 109–127

11. ஆதிக் குயவன்
அமைதியுடன் சூளையிலே
பண்டைப் போக்கில்
பாண்டங்கள் செய்தாலும்,
அதிசயமாய்
தச்சனும் மரக்கிளையும்
மன அலையில் அமிழ்ந்தெழுதல்
கண்டு படபடத்தான்
இதை
அசட்டையுடன் அடி மனத்தில்
ஆள்வதற்கு விடவா?
அன்றி,
நினைவுடனே,
வானத்தின் சாளரத்தில் கண்ணோட்டி
பாலைப் புளிக்க வைக்கும்
பழக்கத்தைப் பயிலவா?
என்றெண்ணி எண்ணி
இருக்கையிலே மற்றொரு நாள். 128–145

3

12. குமரபுர கிராமத்தார்
தொழிலாளர், மற்றவர்கள்
கூடவே தச்சனின்
நிலை குலைந்த மனைவியும்
காணாதுபோன தச்சனைத் தேடி
கடைசியில் காட்டில்
கண்டதும்–
குடும்பம் மறந்து
ஊர் மறந்து

கைக்கோலைச் செய்யும் சிறுபணியில்
வாழ்வுப் பெருநாளைப்
பாழாக்கும் பேதையைக்
கண்டதும். *146–158*

13. "கைக்கோலைக் கடைந்தெடுக்க
வந்த மதி மச்சானே
மரம் பொறுக்க
மாதம் ஆறானால்
பட்டை சீவி
கழியின் வைரத்தில்
வடிவத்தைக் காண்பதற்குள்
பாவை இவள் போய்விடுவாள் -
குங்குமம் மஞ்சளுடன். *159–167*

14. வேலை என்றால் ஈக்கடி போல்
தொட்டோட வேண்டும்.
தண்ணீரில் உப்பாகித்
தானழிந்து போவதென்றால்
தமரும் அழிவார்;
தரணியும் அழியும்.
வாழ்க்கைப் பெருநதிக்கு
நின்று,
திரும்பி,
நெடு நோக்கை ஓட்ட
நேரமில்லை.
இருந்தால்
கிருதயுகத்தில் துவக்கிய கைக்கோலை
கலியில் எடுத்துவரப்
போதிருக்கும்,
ஆனாலோ

காலம் நில்லாது.
கைக்கோலும் தடுக்காது.
வாவீடு” என்று
வக்கணைகள் படித்தார். 168- 188

15. “செய்வதைத் திருந்தச்
செய்வதே வேலை,
யோகம்,
ரவிகூறும் மர்மம்.
புவிகூறும் கர்மம்.
வயிற்றுக்காய் வேலை என்றால்
நெஞ்சில் ஒரு பிசாசுத்தலை
நில்லாமல் ஆடும்,
ஒதுக்க முடியாத
உள்ளத்து உந்தலானால்
கட்டாந்தரைகள்
கனக மாளிகையாகும்
கையே கடவுளாய்
சோலைகளாய் ஆலைகளாய்
வாழ்வின் திருவாக்கை
வெளி எங்கும் எழுதிவிடும்,
வேலையிலே வான் தோன்றும்
காலத்தின் வாலாடாது...
கடமை முடிந்ததும்
கைக் கோலழ கோடு
காலார வருவேன்.
கூலிக் கணக்கும்
காலக் கணக்கும்
படித்தவர் சொன்னாலும்
பழத்தவர்க் கில்லை” 189- 213

16. விளக்கத்தைக் கேட்டு
பித்துப் பிடித்தவர் போல்
நின்றவர்கள் வாயடைத்துத்
திரும்பினர் குமரபுரம்.

4

17. குமரபுரக்காட்டில்
தச்சனும் ஊராரும் வாக்காடி,
பின்னர்,
ஊரார் உளைந்து
ஊருக்குத் திரும்பியதை
வானத்துச் சாளரத்தால்
வாங்கிய பழங்குயவன்
சித்தத்தலைகள்
சிரிப்பிடையே சொல்லியதை
உன்னிப்பாய்க் கேட்டான். 218–227

18. வயிற்றுக்கு மிஞ்சிய
விஷ்ணுவைக் காணாதார்க்கும்,
காலம் நில்லாதென்னும்
கணக்குப் பிள்ளைகளுக்கும்,
நினைப்புத் தடித்து
நிகழும் நிமிஷத்தில்
புணர்ந்தின்பம் காணும்
அசட்டுத் தச்சனுக்கும்
இடையே
உருண்டு வரும் அலையே
மெய்யான வாழ்வின்
எல்லைத் துவக்கமா?

சித்தத்தலைகள் காட்டிய கடலில்
ஆழும் முனைப்புத்
தகுமா உனக்கு?
மனம் துயிலக் கை ஓடும்
வினை விளைவில் அழகா?
மனம் விரலாய் மாறுவதால்
உயிரியக்கில் வனப்பா?
வனப்பு மேலா
கணக்கா?
தரமா அளவா? 228–249

19. *தத்வத்தின் அலைகள்*
தறிகெட்டு ஓட,
காலத்தின் இறகு
கமுக்கமாய்ப் பறக்க,
சிந்தனை ஏக்கம்
குயவனுக்கே னென்று
சாளரத்தை விட்டுத்
திகிரியைச் சுழற்றினான்... 250–257

20. *குமரபுரக் கலைஞனோ*
ஒருமையுடன் கைக்கோலை
இழைப்பதில் இருந்தான்.
மரத்தின் இலைகள்
பழத்து உதிர்வதும்
பருவங்கள் தோன்றிப்
பதுங்கி மறைவதும்
பார்க்காத லயத்தில்
பணியாற்றி வந்தான். 258–266

5

21. காலத்தின் ஆற்றங்
கரை யோரம்.
பரிசலில் கறுந்தேவன்
படர்ந்து கிடந்தாலும்
பாதை வழி எங்கும்
விழி நட்டிருந்தான்.
குமரபுரத்தார்கள்
ஒருவரின் பின் ஒருவராய்
பரிசலில் ஏறிப்
பணிவுடன் அமர்ந்ததைப்
பார்த்துப் பதைத்தான்.
"வயதில் பழுத்தவர்கள்
வாலிபர்கள்
நோயுள்ளோர் இல்லாதார்
அவசரமாய் வந்தேற
வயதில் மூத்த
கலைக்காரன்
கலங்கல்காரன்
மடத் தச்சன்
அவன் மட்டும் வாராத வயணமென்ன?"
பல் தெரியக் கேட்டான். 267-288

22. "சங்கொலிக்க நாங்கள் வந்தோம்
தங்கிவிட்டோர் தத்துவத்தை
நாங்கள் ஏதும் அறியோம்." 289-291

23. காலம் முகஞ்சுளித்து
தள்ளுகோ லெடுக்கப்

பரிசல் பறந்தது
கறும் வெளியினூடே. 292- 295

6

24. அன்றொரு நாள் காட்டில்
ஊரார்கள் வந்து
பேய் பிடித்த தச்சனென்று
உலக வழி வேப்பிலையால்
ஓட்ட முயன்று
மனம் முறிந்து திரும்பியதும்
தச்சன்
காற்றிடித்த மலையாகக்
கலையாதிருந்ததுவும்,
கண்டிருந்த குயவன்
திகிரியை உருட்டி,
நிற்காமல் கணக்காய்ப்
பாண்டங்கள் வனைந்தாலும்,
குடுக்கைக்குள் கரப்பு
கொரகொரப்பது போலுணர்வில்
உறுத்தல் நிலை குலைக்க,
கலைஞனிடம் பேசி
கர்மத்தின் மர்மத்தைக்
கண்டறியும் கிண்டலுடன்
காட்டுக்கு வந்தான் 296-315

25. வந்தாலோ?
வானத்தமைதி
வடித்தெடுத்த வதனம்.
தண்ணீரில் சூரிய ஒளி

தத்தளிக்கும் மேனி,
காலத்தின் சுவடுகள்
பதியாத பாங்கு,
கண்ணாழ்ந்த கையில்
கலையான கொம்பு. 316-324

26. "காட்டுக்கு வந்த அன்று
சிம்மத்தில் இருந்த குரு
இன்றும் இருக்கின்றான்.
ஈராறு வருடம்
இன்றோடு ஓடியும்,
கொம்பைத் தேர்ந்து,
தோலெடுத்து,
இழைத்து
சீர்திருத்தம் செய்யுமுன்
பெரியதலை, சின்னத்தலை,
வாடி விழுந்த மனைவி.
ஊருடனே ஒத்துப் போய்
அறிவாளி யானவர்கள்-
அனைவரும் அக்கரையைச்
சேர்ந்துவிட்டார்- ரகசியமாய். 325-339

27. இருந்தும்
மாயத்தச்சன் மட்டும்
காலத்திற் கணை கட்டி
குறையா ஒளியாய்,
வாடாமலராய்,
நலியாக் கலைஞனாய்
கைக் கோலில் கருத்தழிந்து
காலத்தைக் கடக்க
கை கொடுத்த கோலெதுவோ?

தாங்கிவந்த படகெதுவோ?
காலமவன் காலடியில்
கமலாசனமிட்டு
தியானத் தமர்ந்ததனால்,
தான் ஆன கற்பனைத்
தானாய் அழிந்திட
நிலையான இளமையின்
கலைமிஞ்சி நின்றதோ? 340–356

28. காலத்தின் ஜபமாலை
உருட்டலுக் கஞ்சி,
திகிரியை நிறுத்தாமல்
பண்ணிய பாண்டங்களின்
பவுசுகளை எண்ணாமல்,
கடமைக்கும் கலைக்குமிடை
கல்சுவரை எழுப்பியதால்
கடனுக்கு வேலை,
கணக்குக்குப் பாண்டம்
செய்யும் தொழிலாளி
வகை ஒன்றைச் சேர்ந்ததனால்
ஈனம்தான் மகசூலா
பொல்லாப்புத்தான் பரிசா?” 357–369

29. இவை நினைந்து நினைந்து
நெஞ்சம் உளைந்த
பழங்குயவன் தச்சனிடம்
கைகட்டி நின்றான். 370–373

7

30. ஆண்டுகள் பலவாச்சு,
காடு மேடாச்சு,
மேடு காடாச்சு,
குமரபுரம் இருந்த இடம்
புல் மண்டிப் போச்சு.
கைக் கோலை மேலும்
அளவாக்கி மெருகூட்டி
தலையில்
யாளி முகம் அமைத்து,
கண்ணுக்கு நெருப்புக்கல்
ஒளியைப் புதைக்கும் முன்
காண்டஹார் மன்னர் பரம்பரை
இலை இலையாய் உதிர்ந்து
உதிர்காலத்து வாதா மரம்போல்
இலை இலையாய் உதிர்ந்து
மொட்டைப் பேய் மரமாகி,
காலக் கொடூரத்தின்
கண்ணாடி ஆயிற்று. *374–391*

8

31. ஆதிக்குயவனுக்குப்
பகலுண்டு இரவுண்டு
வயதெல்லை உண்டு.
அன்னை ஆதிக்கு
இவை எதும் இல்லை. *392–396*

32. திகிரியைச் சுழற்றி

கை ஓய்ந்த குயவன்
கண்ணோயும் இரவுக்குக்
காத்திருக்கும் அந்தியில்
காட்டுக்கு வந்து
கரவற்ற கலைஞனின்
கதிகாண வந்தான்.
தன்கண் வியப்பால்
விசும்பாய் விரிந்தது.
மன்னரின் பெயர்கள்
மணலில் தெரிந்தன.
கைக்கோலின் கைப்பிடி
முடியாமல் இருந்தது.
தச்சனின் இளமை
குன்றாமல் எரிந்தது. *397–411.*

33. தான் வெல்லாக் காலத்தை
அவன் வென்றுவிட்டான்,
தான் காணா மர்மத்தை
அவன் கண்டுவிட்டான்.
என்றெண்ணி இருப்பிடம்
சலித்துத் திரும்பி
பிரும்மாவின் இரவில்
ஒன்றாகி விட்டான். *412–419*

9

34. பிரும்மாவின் இரவு
கரைந்தோடும் காலை.
குயவன் தன் சூளைக்குக்
கருத்தோடு வந்தான்
சூளை இருந்த இடம்

சுடராய் இருந்தது
திகிரி இருந்த இடம்
தேனாகி விட்டது.
மாய விளைவுகளை,
கண்ணுற்ற குயவன்
மர்மம் புதுமை எதோ
அண்டத்தை அளாவும்
அழகைக் கண்டு
காட்டில் இறங்கினான். *420–482*

35. கண்ணெதிரே கைக்கோலா?
வெந்தழலின் நேர் நாக்கா?
மின்னின் மினுக்கா?
மெய்ப்பொருளின் கதவிடுக்கா?
அது
கைக்கோலின் பிடியா?
உயிரியக்கைக் காட்டும்
உள்ளார்ந்த கண்ணா?
பேரணுவின் சூக்குமத்துக்
குறியீட்டுச் சுழலா?
அவன்
தச்சனா, தச்சனா
தச்சன் தானா? *433–445*

36. முத்தொழில் பிரிவினையின்
மூடத்தனம் கண்ட
முதல் குயவன்
மனமடங்கி மேலேற
எண்ணிய நேரத்தில்,
காலக் கணக்குப்படி
புதுப் பிரும்மப் பட்டம்

பெறுவதற்குப் புதியவன்
வருவதைக் கண்டான் *446-454*

37. அயர்ந்தான்
அவிந்தான்
புல்கள் சிரித்தன,
தச்சனும் சிரித்தான். *455-458*

38. இழைப்புளி சீவிய
மரச்சுருள் ஒன்று
கால் மீது காற்றில்
உருண்டு சிரித்தது.
புல்கள் சிரித்தன. *459-463*

கவிதையின் தூலக்கதை அம்சம் கவிதை வாசகர்களுக்குப் புரிந்திருக்கும். எனவே அதை விளக்க வேண்டிய அவசியமில்லை. பிச்சமூர்த்தியின் இந்தத் தெளிவு அம்சம் முக்கியமானது. புராணத்தில் படித்த கதை என்று சொல்லிவிட்டார். ராமாயணத்தைப் பற்றி ஒருவன் ஒரே வாக்கியத்தில் ராமன் ராவணனைக் கொன்று சீதையை மீட்டு வந்தான். இதுதான் கதை என்கிறான். அதுபோல ஒரு பூலோகத்து மானிட தச்சன் காலத்தைப் பற்றிய நினைவே இல்லாமல் கருமமே கண்ணாக உழைத்து ஒரு பொருளைச் செய்து, காலத்தைப் பற்றிய நினைவிலேயே உலக சிருஷ்டியைச் செய்து வந்த பிரம்மதேவனை வெற்றி கண்டுவிட்டான். இதுதானே இந்தக் கதை எப்படி என்பதுதான் கதை அம்சம். நாம் கவிதையில் பார்க்க வேண்டியது அதன் சூக்குமப் பொருள் அம்சம். அதாவது தொனிப்பொருள் குறியீட்டு அர்த்தம், மதிப்பு அம்சம். இதை வெளிப்படுத்த

கவி கையாண்டுள்ளது சப்த தாது அம்சங்களையே, அவைதான் ஒரு தத்துவப் பொருளை உருவகப்படுத்தி ஒரு கதா கவிதை உருவமாக ஆக்கி இருக்கின்றன. என் விமர்சனப் பார்வை ரசனை ரீதியானது. எனது விமர்சன முறை 'ஆய்வு' வழியானது. இந்தக் கவிதையை ஆய்வு முறையில் துருவி துருவிப் பார்த்து அதிலிருந்து எழும் நயத்தை வெளிப்படுத்துவதுதான் நான் கவிதையைப் பகுதி பகுதியாகப் பிரித்து இருப்பதை வாசகர்கள் கவனத்தில் வைத்துக்கொள்ள வேண்டும்.

1

1. தேவலோகம் [1-6]: ஒரு காவியத்துக்கு உரிய ஆரம்பம் ‘பல்லாண்டு பல்லாண்டாய்’ என்பது ‘ஒரே ஒரு காலத்தில் என்று கதை ஆரம்பிப்பது போல, ‘ஆதிமுதல்’ என்ற தொனி அர்த்தம் கொண்டிருக்கிறது. இதைப் படிக்கும்போது ‘பல்லாண்டு பல்லாண்டு பல்லாயிரத்தாண்டு’ என்ற திருவாய்மொழி வாசகம் நினைவுக்கு வருகிறது. ஒரே சொல் இரண்டு தடவை திரும்பச் சொல்லப்பட்டதில் கால அளவு மட்டும் குறிக்கப்படவில்லை. முடிவுற்ற சாசுவதத்தை உணர்த்துகிறது. அதை ஒட்டி வரும் பாண்டங்கள் செய்து வரும் பழுத்த விரல் படைத்த ‘பண்டைப் பழங்குயவன்’ என்றது எதை சூசனையாக உணர்த்துகிறது என்று யூகிக்க முடியலாம். சட்டிப்பானை செய்யும் குயவன் என்பது வெளிப்படத் தெரிவது. ஆனால் பண்டைப் பெரும் குயவன் என்கிறபோது சாதாரண குயவன் அல்ல, ‘பண்டைப் பழங் குயவன்’. அதாவது ஆதி குயவன், மனிதப் பாத்திரங்களை சிருஷ்டிக்கும் பிரமன். இது ஒரு நயமான உருவகம். பிரமனைக்

குயவனாக உருவகப்படுத்துவது பிச்சமூர்த்தியின் கற்பனை என்றாலும், எனக்கு சித்தர் பாட்டு ஒன்று நினைவுக்கு வருகிறது. 'நந்தவனத்தில் ஓர் ஆண்டி அவன் நாலாறு மாதமாய் குயவனை வேண்டி, கொண்டு வந்தான் ஒரு தோண்டி, அதை கூத்தாடிக் கூத்தாடி போட்டு உடைத்தாண்டி' என்பது. அதன் கூடா அர்த்தம் நாலும் ஆறும் பத்து மாதமாகக் கடவுளை வேண்டி மனித ஜன்மம் பெற்று வாழ்ந்து இந்த உலகத்தில் தாறுமாறாக வாழ்ந்து முடிந்து போனான் என்ற தத்துவம். பிரமனுக்குக் குயவன் குறியீடு நமக்குப் புராதனமானது. இங்கே பிச்சமூர்த்தி 'பழுத்த விரல் படைத்த' என்ற அடைமொழி இட்டு இருப்பதுதான் பின்வர இருக்கும் ஒரு உணர்த்தலுக்கு சூசனைக் குறிப்பாக பயனாகி இருக்கிறது. பிரமன் அறிமுகமாகி இருக்கிறான்.

அடுத்த இரண்டு வரிகளில் 'பணி செய்யும் வேளையின் இடைநேரத் திரையில்' அவன் சிருஷ்டி வேலையில் ஈடுபட்டு இருப்பதையும் அதுக்கு இடையே ஓய்வோ அல்லது, கவன ஈர்ப்போ என்ற ஓர் இடைவேளை நிலை எதனாலோ? அவனுக்கு ஓய்வே கிடையாதே. ஆனாலும் பிச்சமூர்த்தி அவனுக்குத் தருகிறார். இந்தக் குறளடி முதல் ஐந்து வரிகளில் மோனையாகப் பகரம் விழுந்திருக்கிறது. மூன்று வரிகளில் ஒவ்வொன்றிலும் இரண்டு சொற்களிலும் 'ப' மோனை இருக்கிறது. அதோடு இடையின எழுத்துக்களான ய, ர, ல, வ, ழ, ள, பிரயோகம் தூக்கலாகவும் வல்லின, மெல்லின எழுத்துகள் அங்கங்கே இடையிட்டும் குறில் நெடில்கள் மாறி மாறி சேர்ந்தும் ஒருவித ஒலிநயம் மனதுக்குள் கேட்கிறது படிக்கும்போதும் வாய்விட்டுப் படிக்கும்போதும். ஒரு மெல்லிய நீரோட்டம் போல நிகழ்கிறது. பிச்சமூர்த்தி நினைத்துச் செய்யவில்லை.

பொருள் ஒத்திசைவைத்தான் முன்வைத்திருக்கிறார். பொருளைத்தான் நாம் பார்த்தாச்சே. ஆனாலும் பாடுபவரின் குரலுக்கு அல்லது இசைக்கருவியின் ஆதாரமாக எழுப்பப்படும் 'சுருதி' ஒலி போல் சொற்களின் தக்க சேர்க்கை மூலம் ஒலிநயம் எழுவதை உணர்கிறோம். கு.ப.ரா. சொன்னது போல அவை வைக்கப்பட்டிருக்கும் அல்லது சுதாவாக அமைந்திருக்கும் விதம்தான் வித்யாசமானது. கவிதையில் நம்மை அறியாமலே இசை விழுவதை என் கவிதை முயற்சிகளில் நான் உணர்ந்திருக்கிறேன். ஒரு மொழியில் உள்ள ஏராளமான சொற்களைப் பயன்படுத்த வேண்டிய அவசியம் ஏற்படுகிறபோது இயல்பாக ஒத்த ஓசை, ஒத்த சப்த எழுத்துகளால் ஆன சொற்கள் ஒன்றோடொன்று இணைவது தவிர்க்க முடியாது. சிக்கிமுக்கிக் கல் உரசலால் பொறி எழுவது போல சொற் சேர்க்கைகளால் ஒலியும் எழுவது இயல்புதான். உதாரணமாகப் 'பழுத்த விரல் படைத்த பண்டைப் பழங்குயவன் பணி செய்யும்' என்பதில் பொருள் ஒத்து, இசைவு சிறப்பாக இருக்கிறது. வேறு வார்த்தைகள் அதைவிட பொருத்தமாகப் போட முடியாது. இசைவில் ஒலிநயம் ஏறாமல் இருக்க முடியாது. ஆகவே புதுக் கவிதையில் எதுகை மோனைகளை நாம் மரபு இலக்கணம் என்று தள்ள முடியாது. கு.ப.ரா. சொன்னது சரியே. ஆரம்ப வரிகளை இவ்வளவு விஸ்தாரமாகப் பார்த்த காரணம் புதுக்கவிதைக்கான இலக்கணங்களையும் நாம் பார்க்க வேண்டியதுதான் என்பதற்காக. பின்னால் திரும்பச் சொல்ல வேண்டிய அவசியம் இருக்காது.

2. அடுத்த பகுதியில் *(7-12)* நாம் கேட்பது, பிரமனை நோக்கிப் படை எடுத்த அவன் படைத்த மனித

சிருஷ்டிகள் 'முயலுதடு முதல் கப்பிக்கல் பல்வரிசை' வரை அவன் படைத்த எட்டுவித அவலட்சணமான மானிட படைப்புகள், உடலழகு பற்றி லட்சண உபமானங்களை வர்ணிப்பது போல அவலட்சண அம்ச அடைமொழிகள் பதுமையாக நடப்புப் பாங்கான வகையாக வகுக்கப்பட்டிருக்கின்றன.

3. [13-18] படையாக அவை வந்து அவனிடம் கேள்வி கேட்கவும் அவன் திடுக்கிடுகிறான். 'ஏமாற்றும் காற்றை உட்கொண்ட (பிரமனால்) ஒலிக்காத பேச்சில் (முரண்) நயமான சொற்றொடர்கள்.

4. [19-35] அவனை அவை கேட்கின்றன பலயுகமாய் முதல் 'வாவித் தவளையா' வரை இங்கே குயவன் உவமானம் நடப்பியல் பாங்காக பிரமனுக்கு ஏற்றப்படுகிறது. அவன் எத்தனை கோளாறுகளைச் செய்கிறான். அதேபோல பிரமனும் அவலட்சணமாகப் படைப்பதைச் சுட்டிக்காட்டி அவனை விளாசுகின்றன. இவ்வளவு காலம் ஒரே தொழிலைச் செய்து வந்த பழக்கம் இருந்தும் இப்படி எல்லாம் தேர்ச்சிக் குறையை உறுத்திக் காட்டி அவன் திறமையைப் பழித்து சட்டிபானை கடைக்காரன், மலட்டுக் கலைஞன், அழகுணர்ச்சி இல்லாதவன், அவசரக்காரன் என்றெல்லாம் ஏசுகின்றன காலத்தின் திருட்டு கதி குளம்படிக்கு அஞ்சி வனப்புக்கடல் அறியா, வாவித்தவளை, படைப்பு மர்மம் அறியாத என்ற அடைமொழி சொற்றொடர்கள் சிறப்பானவை. காலத்தின் திருட்டு கதி குளம்படிக்கு அஞ்சி என்ற படிமம் உருவகம் குறிப்பிடத்தக்கது. காலவோட்டம் குதிரையின் குளம்படி அதோடு காலம் நம்மை நாம் அறியாமல் தள்ளிக்கொண்டே போய்விடும் என்ற தற்குறிப்பேற்ற அணிப்பாங்கு. இதிலும் மோனைகள்

வந்திருக்கின்றன. எதுகைகள் கிடையாது. எதுகைகள் இருந்தால் வரி ஆரம்பமோ அல்லது சொல் சேர்க்கையோ சந்த சப்தம் கொடுக்கக்கூடும். புதுக்கவிதைக்கு எதுகை அபூர்வமாக வந்தால்தான் உண்டு.

5, [36-43] பிரமன் படைப்புகள் இப்படி அவனை இகழவும் மனம் அதிர்ந்துபோன பிரமன் அவர்களுக்கு என்ன பதில் அல்லது சமாதானம் சொல்வதெனத் தெரியாமல் நிலைகலங்கிப்போய், ‘பனைமரம் போல்’ விழுந்துவிட்டான். அவன் போய் விழுந்த இடம் குமரபுரம் காடு. அந்தக் காட்டின் மூலிகைக் காற்று அவன் மீது படவும் அவன் விழித்தபோது அவன் தன் எதிரே ஒரு காட்சியைக் கண்டான். குமரபுரம், பெயர் ஒரு குறியீடாகப் பிரயோகம். ‘இளமை’ என்ற தொனிப் பொருள். குமர தெய்வம் சுப்ரமண்யன் என்கிற மாதிரி குமரபுரம் என்றைக்கும் இளமையாக இருப்பது. கவிதையின் பண்புப் பொருள், இளமையை சாசுவதமாகக் காப்பாற்றிக்கொள்ள முடியும் என்ற பருப்பொருள், பிண்டப் பொருள் கருப்பொருள் அதுதானே. சிரஞ்சீவித் தன்மை கொண்டது என்று கூடச் சொல்லலாம். கவிதையில் பின்னால் ‘தான் வெல்லாக் காலத்தை அவன் வென்றுவிட்டான்’ என்று பிரமன் சொல்ல இருப்பதற்கு இந்தப் பெயர் ஒரு சூசகக் குறிப்பும்கூட.

இத்துடன் முதல் பகுதி முடிகிறது. இந்த நாற்பத்து மூன்று வரிகளில் காவியக் கதை நிகழ்வுக்கான களம் அமைக்கப்பட்டு இருக்கிறது. ஒரு நாடகச் சுழிப்பான சம்பவம் முன்னுரையாகத் தரப்பட்டிருக்கிறது. மானிட படைப்புக்காலம் தோன்றியது முதல் பிரம்மாவின் சிருஷ்டித் திறனை இதுவரை யாரும் சந்தேகித்து அவனையே குற்றவாளி ஆக்கி நேரில் வாதிட்டவர்கள்

யாரும் இருந்ததாகத் தெரியவில்லை. நசிகேதன் சில சந்தேகங்களைக் கேட்டதாகக் கதை உண்டு. பிச்சமூர்த்தி கேட்க வைத்துவிட்டார். 'ஏமாற்றும் காற்றை' உண்ட அவரது மனித சிருஷ்டிகளே அவனது கைத்திறனைப் பரிகசித்து விட்டன. அவனுக்குத் தன் தொழிலையே சரியாகச் செய்யத் தெரியவில்லை என்று ஏதோ கடனுக்கு வேலை செய்வதாகவும் யந்திரம் போல் செயல்படுவதாகவும் அதனால் அவன் படைப்புகளில் அங்கஹீனமான மனிதர்கள் படைக்கப்படுவதாகவும் குற்றம் சாட்டுகின்றன. நியாயமான குற்றச்சாட்டு தான். 'அழகுக் கடலை அறியாத கிணற்றுத் தவளையாக' பிரமன் பரிகசிக்கப்படுவது நமக்கே வேடிக்கையாக இருக்கிறது. மனிதப் பிறவியிலேயே இந்தக் குறைகளோடு படைப்பது என்பது மனிதப் பார்வையில் பெரும் தவறுதான். பிறந்த பின் அவன் எப்படி வேண்டுமானாலும் தன்னை சிதைத்துவிட்டுக் கொள்ளட்டும் அவன்பாடு அது விதி என்று தலையில் எழுதி இப்படி விகாரங்களைப் படைப்பது நியாயமில்லை என்று அவன் படைப்புகள் மடக்கிக் கேட்டபோது அதுக்குப் பதில் சொல்ல வாயற்றவனாகி பிரமன் மயங்கி விழுந்துவிட்டான். அவன் விழுந்த இடம் அவனே படைத்த பூலோகத்தில் ஒரு காடு, மூலிகைக் காடு. அந்த பூலோக மூலிகைக் காற்றுதான் அவனை மூர்ச்சை தெளிவிக்கிறது. தேவலோகவாசியான பிரமனுக்கு சிகிச்சை பூமியில்தான் கிடைக்கிறது. முதல் தடவையாக பிரமன் பூலோகத்திற்கு வருவது இதுதான். எதற்கு பூலோகத்துக்கு வரவேண்டும்; தேவலோகத்தை விடவா பூலோகம்? மனிதன் தேவலோகத்துக்கு ஆசைப்படுவான். தேவன் பூலோகத்துக்கு வருவதென்றால்? ஏதோ ஒரு பூடகமான விஷயம் காரியம் இருக்க வேண்டும்.

2

6. பூலோகம் [44-74] காட்சி மாற்றம். பூலோகத்தில் குமரபுரம். அங்கே தச்சன், கொல்லன், கொத்தன், கலைஞன் என்ற நான்கு அம்சமும் கொண்ட ஒருவன். முதன்மையாக தச்சன். வானத்துக் குயவனுக்கு ஈடுகட்ட பூமியில் ஒரு 'தச்சன்' தேர்ந்தெடுக்கப்படுகிறான். குயவனும் தொழிலாளி, தச்சனும் தொழிலாளி; இவன் கலைஞனும்கூட. இதைக் கவனிக்க வேண்டும். மனிதப் படைப்புகள் பிரம்மாவை 'மலட்டுக் கலைஞனா?' என்று கேட்டனவே. இந்தத் தச்சன் கலைஞனும் கூட என்றது உணர்த்தல் காரியார்த்தமாகப் பயன்படுத்தப்பட்டிருக்கிறது. பின்வரும் குறிப்புகள் தெரிவிக்கின்றன. தேவலோக கற்பகத்தரு வேண்டியதை எல்லாம் வேண்டுவோர்களுக்கு வாரித் தருவதுபோல. இந்தத் தச்சன் பொருள்களைச் செய்து தருபவன்! அதில் அவன் மகா திறமைசாலி. மேதையாகக் கருதப்படுகிறவன்; பணத்துக்கு ஆசைப்படாத பேதையுங்கூட. ஒரு விடம்பான ஐரானிக் குறிப்பு. இந்தவிதக் குறிப்பு உணர்த்தல்கள் இந்த பூலோகத்

தச்சனை தேவலோக இறைவனிடமிருந்து வேறுபடுத்திக் காட்டுகின்றன. 'முரண்' காட்டலாக இருக்கிறது. சுத்தமாகச் செய்பவன்; மனதைத் தொழிலில் ஆழ ஈடுபடுத்தியவன், அவனது இயல்பு. கபாலம் அது. கூப்பிட்டதும் வருபவன். வேலையை எவ்வளவு கறந்து வாங்கினாலும் முணுமுணுக்காதவன்; கூலி கொடுக்காமல் ஏமாற்றினாலும்கூட வாய்விட்டுக் கேட்க மாட்டான்; காரியத்தைச் சிதறவிட மாட்டான்; செய்யும் வேலைதான் அவனுக்கு முக்கியம். கொக்கு மாதிரி மனநாட்டம், செயலும் சித்தமும் ஒன்றே ஆனவன். தனிப்பிறவி, கடமை தவறாது நடந்து கொள்பவன்; எல்லாவற்றிற்கும் மேலாக, தேனீ போல சுறுசுறுப்பாக இருப்பவன்; இவ்வளவு சத்தான குணங்களும் கொண்டவன் என்று காட்டியிருப்பதை இவற்றுக்கெல்லாம் நேர்மாறாக உள்ள குணம் வாய்ந்தவனாக பிரமனைக் கீழிறக்கிவிடுகிறது. இந்த பேதத்தை (கான்டிராஸ்ட்) கவிதைப் பொருளின் தன்மைக்கு ஏற்ப ஒரு நோக்குடன் உணர்த்தி இருக்கிறார். பிரமனையே வெல்லப்போகிறவன் ஆச்சே இவன்! கற்பகத்தரு, மனதை கற்பூரம் ஆக்குபவன்; கூலிக்கு நாமம் குழைத்துப் போட்டாலும் பதறாத ஊமை; சிதறாத ஆமை; சாயுஜ்யம் அறியாத கொக்கு, செயலும் திறமையும் விரலும் திறனும், தனிப்பிறவி தடத்தூடே செல்லும் தேனீ ஆகிய படிமங்களும் அடைமொழி சொல் தொடர்களும் அருமையாக அமைந்திருக்கின்றன. 'சாயுஜ்யம்' என்பது உயிர் கடவுளோடு ஐக்கியமாகும் நிலையைக் குறிப்பது. 'கொக்குக்கு ஒன்றே மதி' என்ற பழமொழிப்படி நீரில் நின்று, அதில் துளையும் மீன்களைக் கொத்த அதைக் கவனமாக மனமுனைந்து இருக்கும் மனப்பான்மை தச்சனுக்கு ஏற்றி உருவகப்படுத்தப்பட்டிருக்கிறது.

அதேபோல அவன் சுறுசுறுப்புக்குத் தேனீ உருவகம் ஏற்றப்பட்டிருக்கிறது. கற்பூரமும் அதேபோல பயனாகி இருக்கிறது. ஊமை, ஆமையும் அதே மாதிரிதான். பதறாமலும், சிதறாமலும் நடந்துகொள்ளும் சுபாவத்தைச் சுட்டுபவை. பிச்சமூர்த்தியின் தனி விசேஷம். தூல, சூக்கும் தன்மைகளை ஒன்றுக்கு மற்றொன்றைப் பொருத்தி ஏற்றி உருவகங்கள் (மெடபர்) உருவாக்குவதுதான் அவரது உவமைகளும் (சிமிலி) சிறந்த பொருளாழம் கொண்டனவாக இருக்கும். ஏற்கனவே சொன்னதுபோல படிமம், குறிப்பாக 'மெடபர்' கவிதைக்கு இன்றியமையாதது. இந்த வரி மோனை கூட குறைவாக இருக்கிறது.

7. [75-85] அந்தத் தச்சன் அங்கே வந்த காரியம் எதற்கு? சுவடு இல்லாத பாதையில் போகும் நத்தை தன் கொம்புகளால் உணர்ந்து தடவிக்கொண்டே போகும். அதேபோல யானைக்கு முன்கால் உதவுவது, குருடனுக்கு கைத்தடி, ஆனால் தச்சன் காட்டில் ஒரு கைக்கோல் செய்யத்தக்க மரத்தடி தேர்ந்தெடுக்க வந்தான், எதற்கு? தினந்தோறும் வழிகாட்டுவதற்கு குருடனுக்கு தடி சரிதான்; அவனுக்கு எதற்கு கைக்கோல்? பாதுகாப்புக்காக என்று வைத்துக்கொள்ளலாம். இல்லை வேறு எதற்காகவும் இருக்கலாம். காட்டில் உள்ள மரங்களை எல்லாம் பார்த்து சோதிக்கிறான்; எது தனக்கு உதவும் என்று. மூன்று உபமானங்கள் பிரயோகம் இருக்கிறது.

8. [86-98] காட்டில் உள்ள மரங்கள், அந்த மரங்களின் குண விசேஷங்கள் வர்ணிக்கப்படுகின்றன. பதின்மூன்று மரங்களைச் சோதித்து ஒவ்வொன்றுக்கும் ஒரு குறைகூறி அவற்றை ஒதுக்கிவிடுகிறான். இதைப் பார்த்துக்கொண்டே இருக்கிறான் பிரமன். மரத்தைப்

பொறுக்கவே இவ்வளவு நாள் ஆகிறதே என்று வியப்பு அடைந்த நிலையில் இருக்கிறான். பிச்சமூர்த்தியின் இயற்கை பற்றிய கவனிப்பு குறிப்பிடத்தக்கது. அவரது கூரிய அவதானிப்பு பார்த்த பொருள்களின் குணாம்சங்களைப் பற்றிய நுட்பமான தகவல்களை வெளிப்படுத்துகிறது. அவர் குறிப்பிடும் மரங்களின் பெயரோ நமக்குப் புதியதாக இருக்கிறது. ஒரு நகரவாசிக்கு எதுவும் தெரியாது. அவற்றின் குணங்களும், எதுக்கு உதவும் என்பதும் கூட நகரத்துவாசிகளான நமக்குத் தெரியாது. வர்ணனைக்கு இதெல்லாம் முக்கியம். பகைப்புலம், சூழ்நிலை இவற்றிற்கு இந்த மாதிரியான நுட்பத் தகவல்கள் முக்கியம் ஆகும். இவற்றைச் சோதிக்கையில் தகுந்த கொம்பைத் தேர்ந்தெடுக்கும் சோதனையில் கடமைக்கும் கலைக்கும் கருணை நெகிழ்வேது என்பதில் கடமை, கலை என்ற இரண்டு சொற்களும் குறிப்பர்த்தம் கொடுக்கின்றன. இங்கே தச்சன் கைக்கோல் தேர்ந்து எடுப்பது, இந்த இரண்டு அம்சங்களையும் வைத்துப் பார்ப்பது அவனது கடமை, கலைத்தன்மை இரண்டும் சுட்டப்படுகிறது. தொழில், அழகு இரண்டையும் உணர்த்துகிறது. தொழிலைச் சரியாகச் செய்வது, அழகு ரசனை கொள்வது இரண்டும் தேவை. தச்சனே பின்னால் சொல்கிறான்; கடமை முடிந்ததும் கைக்கோல் அழகோடு வருவேன் என்கிறான். இந்தக் கவிதையின் தாது பொருள் கடமை, அழகு, மெய்ப்பொருள் ஆகியவைதான். பிச்சமூர்த்தி கவிதைகளில் ‘சட்ஜஸ்டிவிடி’ சூசனை உணர்த்தலாகத் தகவல்கள் கவிப் பொருளை உணர்த்தும். ஆய்வு விமர்சனம் செய்யும் ரசிக விமர்சகன் கவிதை முழுவதிலும் முன்னும் பின்னும் துருவி ஆய்ந்தும் துளாவியும் ஒன்றுக்கு ஒன்று எவ்வளவு எவ்வாறு பொருத்தம் இசைவுகொண்டு இருக்கிறது என்று உரசிப்

பார்க்க வேண்டும். இது துரும்பும் பல் குத்த உதவும் என்பது போன்று ஒவ்வொரு தகவலையும் கவிஞன் கையாண்டிருக்கிறான் என்பது தெரியவரும்.

9. [99-108] மரத்தைப் பொறுக்க ஆன கால அளவு இந்த வரிகளில் தெரிவிக்கப்பட்டிருக்கிறது. நேரடியாகச் சொல்லாமல் சூசகமாக உணர்த்தல், பிரமன் தான் என்று குமரபுரக் காட்டில் வந்து விழுந்தானோ அன்று 'நண்டு நடமாடும் கடகத்தில் இருந்த ரவி இன்றோ முதலைக்கரவிருக்கும் மகரத்தில் தென்பட்டான்' என்பது கால அளவை அளந்து சொல்கிறது. இது வானவியல் சம்பந்தப்பட்ட படிமப் பிரயோகம். ஜோதிட இயல் பிரயோகமாகவும் கொள்ளலாம். நவகிரகங்களாகிய ஒன்பது கோள்கள், சூரியன் சந்திரன் முதலியவை அவை தங்கி இருக்கும் வீடுகளான, ராசிகளான மேஷம், விருச்சிகம் முதலியவை மாறிக்கொண்டே வந்து அவை இருக்கும் இடத்தை வைத்துக் கால அளவை கணிப்பது. இங்கே கடக ராசியில் இருந்த சூரியன் மகர ராசியில் இருக்கிறான். கடகத்துக்கு நண்டு குறியீடு. மகரத்துக்கு முதலைக் குறியீடு. சூரியன் ஒரு வீட்டிலிருந்து இன்னொரு வீட்டுக்கு மாறி இருப்பது ஆறுமாத காலம் ஆகும். இந்த ஆறு மாத காலத்தில்தான் தச்சன் தன் கோலுக்குத் தக்கதான மரக்கிளையைத் தேர்ந்து வெட்டி இருக்கிறான். அவ்வளவு காலம் ஆகி இருப்பதைக் காட்டத்தான் இந்த வான சாஸ்திரத்துறை படிமம் பயன்படுத்தப்பட்டிருக்கிறது. தனது கவிதைப் பொருளுக்கு நயமோ வலுவோ தர்க்க அர்த்தமோ விளக்கமோ ஏற்ற இந்த மாதிரி மறைபொருள் பாங்கு உணர்த்தலாக ஒரு துறைப் பொருளையும் விஷயத்தையும் உவமானமாக, உருவகமாக இசைவாகப் பயன்படுத்தி கற்பனையும் வர்ணனையும் கலந்து தருவது கவிதை மரபு. ஆறுமாதம் என்று அப்பட்டமாகச் சொன்னால்

சப்பென்று இருக்கும். வெறும் தூலத்தகவலாக நின்றுவிடும். இந்த உவமை உருவகம் கவியழகு கொடுக்கக் கூடியதாகும். இது கவித்வ மொழிநடை, சொல்வழி பாணி. இதில் பின் இரண்டு வரிகள் 'வெண்மரக்கிளை' கீழே கிடந்தது என்பது, அவன் தேர்ந்தெடுத்த மரத்தைக் காட்டுவதாக இருக்கிறது. 'வெண்மரம்' என்றால் அது ஒருவகை மரமா அல்லது வெண்மையான என்ற நிறத்தைக் குறிப்பதா என்ற கேள்வி எழுகிறது. மரக்கிளை வெண்மையாக இருக்காது; எனவே வெண்மரம் என்று ஒன்றைக் குறிப்பிடுவதாக இருக்க வேண்டும். இதற்கு ஆதாரமாகத் தேக்குமரம் பற்றி 'வெண்தேக்கு' என்று சொல்லப்படுவது தெரியும்; பார்த்தும் இருக்கிறேன். தேக்குதான் எல்லாவற்றிலும் உயர்ந்தது, வலுவானது, மதிப்பானது. எனவே வெண்தேக்கைத்தான் குறிப்பிடுகிறார் என்று என் யூகம், அவர் குறிப்பிட்ட பதின்மூன்று மரங்களில் இது சொல்லப்படவில்லை. தவிரவும் அவை அத்தனையையும் கழித்து, தச்சன் தனக்கு உதவாது என்று தள்ளிவிட்டதைத்தான் சொல்கிறான். எனவே நிச்சயமாக இதைத்தான் சொல்லாமல் சொல்கிறதாக வைத்துக்கொள்ள வேண்டும்.

10 [109-127] வியப்படைந்த பிரமன் 'மரம் பொறுக்கவா மாதம் ஆறு' என்று பரிகாசமாகக் கூறிவிட்டுத் தன் பெருமையைப் பீற்றிக்கொள்கிறான். 'ஆறு மாதத்தில் அவனாக இருந்தால் [தான்] ஆறு லட்சம் அறுத்தெடுத்திருப்பான்' என்று பிரமனின் படைப்பு மனோபாவம் எள்ளிச் சொல்லப்படுகிறது. இந்த வரிகளில் பிரமனுக்குத் தரம் முக்கியமல்ல, தொகைதான் முக்கியம். சொக்கனுக்கு சட்டி அளவு? என்ற பழமொழி. ருசி அல்ல. அதுபோல பிரமனுக்கு யந்திர ரீதி உற்பத்திதான் முக்கியம் என்பதைக் காட்டிக்கொண்டு

விட்டான். அவன் ஒரு மிஷினாக ஆகிவிட்டான். எனவே அவன் படைப்பு அவலட்சணத்தை, அவன் படைத்த மானிடப் பாண்டங்களே சாடினது சரிதானே. பிச்சமூர்த்தி பிரமனைக் கடைத்தரமான ஒரு தொழிலாளியாக உருவாக்கி இருக்கிறார். பிரமன் இதோடு நிற்கவில்லை. 'காலக் கண்ணற்று கிணற்றில் வளையவரும் ஆறுகால் பூச்சி இவன்' என்று நகையாடி பழங் குயவன் வானேறிச் சென்றான். இது இன்னும் மோசமாக பிரமனைக் காட்டிக் கொடுக்கிறது. தான்தான் ஆறுகால் பூச்சி என்று அவனால் உணர இயலவில்லை. ஒரே இடத்தில் யுகம்யுகமாக உட்கார்ந்து புதுமையாக எதுவும் விளைவிக்க இயலாமல் செய்துவந்த விதத்தை, விதங்களை எப்படி அலுக்காமல் சலிக்காமல் நகல் எடுத்துக்கொண்டு காலத்தை ஓட்டுகிறான் என்பதை அவனால் உணர இயலவில்லை. கண்ணாடி வீட்டுக்குள் இருந்து கல்லை எறிபவனாக அவ்வளவு மரத்துப் போய்விட்டான் என்று நாம் அவனைப் பரிகசிக்கத் தோன்றுகிறது. 'ஆறுகால் பூச்சியை' வாசகர்கள் எத்தனை பேர் பார்த்திருப்பார்களோ. நகரவாசிகளுக்கு நிச்சயம் தெரியாது. கிராமங்களில் கூட குழாய் வந்து கிணறுகள் தூர்ந்துபோய்விட்டன. எட்டுக்கால் பூச்சி உருவத்தில் பொடியாக நீண்ட கால்களுடன் கிணற்றில் வளைய வந்து கொண்டிருக்கும் அப்பாவி பூச்சிகள். பிச்சமூர்த்தி உவமைப்படுத்தி உருவகமாகவும் தொனிக்கச் செய்துவிட்டார்.

11. *[128-145]* பிரமலோகம் திரும்பிய பிரமன் தொடர்ந்து தன் வேலையில் ஈடுபட்டான். பண்டைப் போக்கிலே படைப்பில் இறங்கினான். ஆதிகாலத்துப் பழக்கம் எப்படி மாறும்? பிரமனுக்கு பழக்கம் பேயாகப் பிடித்திருந்தது. ஆனாலும் பூமியில் அவன் கண்ட

காட்சி அவன் மனதைக் குடைந்துகொண்டே இருந்தது. தச்சன் மரக்கிளையை வைத்து என்ன பண்ணிக்கொண்டிருந்தான் என்று தன் மன அலைப்பில் ஆழ்ந்து எழுந்துகொண்டிருந்ததை உணர்ந்து படபடப்பு அடைந்தான். என் செய்வது என்று அவனுக்கு மனதுக்குள் குழப்பம், அசட்டை செய்துவிடலாமா, மனதுக்கு அடியிலேயே போட்டுப் புதைத்துவிடலாமா அல்லது அதே நினைவாக வானத்தின் சாளரத்திலிருந்து கீழே நடப்பதை அடிக்கடி பார்த்துக்கொண்டே இருக்கலாமா, பாலைப் புளிக்க வைக்கும் பழக்கத்தைத் தெரிந்துகொள்ளலாமா, என்று எண்ணிப் பார்த்துக் கொண்டிருந்தான்.

இதோடு இரண்டாம் பகுதி முடிகிறது. தச்சனுடைய கைக் கோலுக்கு மரம் பொறுக்கியது, இந்தக் காட்சியை பிரமன் பார்த்தது. தச்சனின் பேதமையைப் பரிகசித்துவிட்டு பிரமலோகம் திரும்பி தன் வேலையைத் தொடர்ந்து தச்சன் நினைவை மறக்க முடியாமல் அவதிப்பட்டுக் கொண்டிருந்தது, ஆகிய கதையம்சம் உருவாகிவிட்டது. அவரது படிமங்கள் நடப்பியல் ரீதியாக (ரியலிஸ்டிக்) உருவாகி இருப்பதைப் பார்க்கிறோம்.

3

12. [146-158] மறுபடியும் காட்சி குமரபுரத்தில். தச்சனைக் காணாது அவனைத் தேடி அந்த கிராமத்தார் சக தொழிலாளர்கள், தச்சன் மனைவி எல்லோரும் சேர்ந்து வந்து அங்கே அவன் தன் வேலையில் ஈடுபட்டிருப்பதைக் கண்டார்கள். குடும்பம் மறந்து ஊர் மறந்து ஒரு சிறு வேலையில் ஈடுபட்டுத் தன் வாழ்க்கை முழுவதையும் பாழடித்துக்கொண்டிருக்கிறானே இந்தப் பேதையை என்ன செய்வது என்று பேசிக் கொண்டிருக்கிறார்கள்.

13. [159.167] அவன் மனைவி அவனைப் பார்த்து, 'மச்சானே, மரம் பொறுக்கவே ஆறுமாதம் ஆச்சு என்றால் பட்டை சீவி, கழிசெய்து அதன் வைரத்தில் வடிவத்தை உருவாக்கு முன் [தான்] பாவை இவள் மஞ்சள் குங்குமத்துடன் போய்விடுவாள்' என்று பரிவும் பரிகாசமும் துக்கமும் கலந்த குரலில் வேண்டிக் கொள்கிறாள். கழியின் வைரம் பாய்ந்த கட்டை என்று சொல்வது நன்றாக முதிர்ந்து அதில் வீர்யம், பலம் ஏறின கம்பு என்பது அந்த இடத்தைக் கண்டுபிடிப்பது என்பது.

அவள் கிழவியாக சுமங்கலியாகப் போய்விடுவாள் என்று அதைத் தன் பாக்கியமாகவும் குறிப்பிட்டு அதோடு தன் வாழ்க்கை பாழாகிவிடும் என்பதையும் உணர்த்துகிறாள்.

14. [168-188) வந்த ஊரார்கள் அவனுக்கு உபதேசிக்கிறார்கள். லோகாயதமான உபதேசம். இப்படி வேலையிலேயே ஆழ்ந்துவிடக்கூடாது. தொட்டும் தொடாமலும் மேலோட்டமாக நடந்துகொள்ள வேண்டும். இல்லை இப்படித்தான் நடந்துகொள்வேன் என்று வறட்டுப் பிடிவாதம் பிடித்தால், தானும் அழிந்து தமரும் தன் வர்க்கமும் அழிந்து விடுவார்கள். பூலோகமும் கூட அழிந்துவிடும். வாழ்க்கை ஓட்டத்தில் நின்று பார்க்க முடியாது. அதுக்கு நேரமும் இல்லை. நேரம் இருந்தால் போது இருக்கும். ஆனால் காலம் நில்லாது அவன் செய்யும் அந்த கைக்கோலால் கூட காலத்தை தடுத்த நிறுத்த முடியாது. 'பேசாமல் வீடு வந்து சேர்' என்று புத்திமதி சொன்னார்கள். இதில் நல்ல படிமங்கள் உண்டு. 'ஈக்கடி போல் தொட்டு ஓடுதல்', 'தண்ணீரில் உப்பாகி கரைதல்', 'வாழ்க்கை பெருநதி' கிருதயுகத்தில் துவங்கிய கோலை கலியுகத்தில் எடுத்துவர காலம் நில்லாது ஆகியவை. மனைவி தன் ஆயுட்காலத்தை அளவு வைத்துச் சொன்னாள். இவர்கள் முதல் யுகத்தையும் கடைசி யுகத்தையும் இணைத்துச் சொல்கிறார்கள்.

15. [189-213) தச்சன் பதில். செய்வதைத் திருந்தச் செய் என்றபடி அதுதான் வேலைக்கு அடையாளம். அது ஒரு யோகமும் ஆகும். வயிற்றுக்காக வேலை செய்யக் கூடாது. அது பைசாச எண்ணத்தைக் கொண்டதாகும். உள்ளத்து உந்துதல் முக்கியம். அதன்படி நடக்க வேண்டும். அப்படிச் செய்தால்தான் உழைப்புக்கு

அர்த்தம் உண்டு. பொட்டல் இடங்கள் வீடுகள் ஆகும். 'கையே கடவுளாய் சோலைகளாய் ஆலைகளாய் மாறிவிடும் வேலையில் வான் தோன்றும். காலம் எதுவும் செய்யமுடியாது. கூலிக்கணக்கும் காலக் கணக்கும் முதிர்ச்சி அடைந்தவர்களுக்குக் கிடையாது. கடமை முடிந்ததும் வந்து விடுவேன்' என்கிறான். ரவி கூறும் மர்மம், புவிகூறும் காமம், நெஞ்சில் பிசாசு தலை ஆடும், வாழ்வின் திருவாக்கு வேலையில் வான் தோன்றும், காலத்தின் வால் கைக்கோலழகு, கூலிக்கணக்கு காலக் கணக்கு ஆகிய படிமங்கள் சொல்லாட்சிகள் அடைமொழிகள், கவிதையை உயர் தொனி கொள்ளச் செய்திருக்கின்றன. அவன் தச்சன், தொழிலாளி கடமைதான் லட்சியம், அழகும் கூட. அவனுக்கும் பரத்தைப் பற்றிய அக்கறையே இல்லை. வேலையிலே, உழைப்பிலேதான் வான் தோன்றும் என்கிறான். பாரதியின் 'வானகம் இங்கு தென்பட வேண்டும்' என்பது நினைவுக்கு வருகிறது. பிச்சமூர்த்தியின் வான் பொருள் தேடி தெருக்களில் தருவோம் என்பது கூட சேர்கிறது. எனவே அவன் லோகாயதமாகத்தான் பேசுகிறான். லௌகீகத்தை முன் வைக்கிறான். ஆனால் அவன் குறிப்பிடுவது, லட்சிய லௌகீகம் உன்னத லௌகீகம், வேலை. கடமை, அழகு மூன்றும் இழைந்த ஒரு லௌகீகப் பார்வை. போதைச் சுக வாழ்வு லௌகீகம் அல்ல. பிச்சமூர்த்தியின் நிகழ்கால உலக சமுதாயப் பார்வையானது, 'கையே கடவுள்' உழைப்புக்குக் குறியீடு. சோலை - ஆலை - வளம் உற்பத்திப் பெருக்கம் இப்படி பொருளாதாரவாதியாகப் பேசுகிறார். பிச்சமூர்த்தி கோட்பாட்டு வேதாந்தி அல்ல. மனிதனோடு ஓட்டக்கூடிய அளவுக்குத் தத்துவத்தை வாழ்வோடு பிணைத்த பார்வை. மண்ணில் காலூன்றி விண்ணைப் பார்க்கிறார்.

16. [214-217] தச்சன் விளக்கத்தைக் கேட்டு எதுவும் சொல்ல இயலாமல் அவர்கள் மனமுறிந்து போய் விடுகிறார்கள். இத்துடன் மூன்றாவது பகுதி முடிகிறது. தச்சனின் அசைக்க முடியாத லட்சியப் பிடிவாதம் இதில் வெளிப்பட்டு இருக்கிறது.

4

17. [218-227] வானத்தின் சாளரத்திலிருந்து கீழே குமரபுரம் காட்டில் தச்சனுக்கும் மற்றோருக்கும் நடந்த சம்பாஷணையைக் கேட்ட பிரமனின் சிந்தனைகள் அலைமேல் அலையாக எழுந்தன. அந்த மன அலைகள் சிரித்து அவனுக்குள் பேசின. 'சித்தத்தலைகள்' குறிப்பான நல்ல படிமம்.

18. [228-249] பிரமனின் மனவோட்டம். இப்போது அவனுக்குத் தச்சனின் தத்துவப் பார்வை புரிய ஆரம்பிக்கிறது.

பூலோகத்தில் வயிற்றைவிட முக்கியமாக எதுவும் கிடையாது என்று மானிடக் கருத்து உண்டு. காலத்தைப் பற்றியும் அவர்களுக்கு அக்கறை இல்லை. அது தன் பாட்டுக்குக் கடந்து போய்க்கொண்டிருக்கும் என்பதும் மனித மனோபாவம். இந்தச் சூழ்நிலையில் நடப்பு கணங்கள் ஒவ்வொன்றிலும் தன்னை ஈடுபடுத்திக்கொண்டு ஒரு கணம் கூட வீணாக்காமல்

அவற்றைப் பயன்படுத்திக்கொண்டு அதிலேயே ஒரு திருப்தியை உணரும் தச்சனுக்கும் மற்றவர்களுக்கும் இடையே ஒரு பெரிய வித்யாசம். மலைக்கும் மடுவுக்கும் போல் இருக்கிறது. அசட்டுத் தச்சன் என்று விடம்பனமாக சுட்டப்படுகிறது. பிரமன் மனதிலிருந்து அவனது விவேகத்தை உணர ஆரம்பிக்கிறான். பிரமன் அவன் அசடன் இல்லை. ஆனால் அவன் ஊர் லோகாயதவர்களான மற்றவர்களோடு ஒப்பிட்டால் அசடன்தானே! இடையே உருண்டு வரும் அலையைக் கேட்கிறான். இதென்ன மெய்யான வாழ்வின் எல்லைத் துவக்கமா என்று ஒரு கேள்வி எழுப்பி தனக்கு ஏற்பட்ட சந்தேகத்தைக் காட்டிக்கொள்கிறான். இவன் சாதாரண தச்சன் இல்லை. மெய்வாழ்வுக்குக் குறியீடாக இருப்பவர் என்று தனக்குள் உணர்த்திக்கொண்டு தன்னையே கேட்டுக்கொள்கிறான். தன் சித்த அலைகள் ஒரு அகண்ட, ஆழ்ந்த மெய்வாழ்வுக் கடலில்தான் ஆழ்ந்து முனைப்புக் கொள்ள முடியுமா? அந்தத் தச்சனைப் போல் என்று கேட்டுக்கொள்கிறான். அழகு எங்கே இருக்கிறது? மனம் ஒடுங்கிப்போய் கை தானாக [ஆட்டோமேடிக்] வேலையில், உழைப்பில்தான் இருக்கிறதா அல்லது மனமே விரலாக மாறி உயிர் இயக்கமாக உழைக்கிற வேலை செய்கிறதே, தான் என்ற பிரக்ஞையே இல்லாமல் அதில் இருக்கிற வனப்பா அல்லது அதுதான் அழகா என்றெல்லாம் தனக்குள் தர்க்கித்துக்கொண்டு, ‘வனப்பு மேலா அல்லது கணக்கு மேலா தரம் மேலா அளவு மேலா’ என்று முடிவு செய்யத் தடுமாறுகிறான். முன்வந்த வரிகளான ‘கூலிக் கணக்கு’ காலக்கணக்கு நினைவுக்கு வருகிறது. தான் உற்பத்தி செய்யும் மனித படைப்புகள் அழகை வைத்தா, அளவை வைத்தா? ஆரம்பத்தில் மானிட அவலட்சணப் படைப்புகள் கேட்டதே குற்றம் சாட்டினதே ‘வனப்பு’

[அழகு] கடலறியா வாவித் (குளம்) தவளையா? என்று அது அவன் நினைவுக்கு வருகிறது.

19. [250-257] இப்படியெல்லாம் பிரமனைத் தத்துவ அலைகள் உலுக்குகின்றன. காலமும் அது பாட்டுக்குப் போய்க்கொண்டிருந்தது. சிந்தனைக் குழப்பத்தில் அலுத்துப்போன பிரமன், போகட்டும் தான் ஏன் மனதைக் குழப்பிக்கொள்ள வேண்டும். எது எப்படியும் போகட்டும். தனக்கு முன்னே ஏகப்பட்ட வேலைகள் கணக்கு இருக்கிறது. அதைக் கவனிப்போம் என்று பூமியைப் பார்க்கும் சாளரத்திலிருந்து முகம் திரும்பி மறுபடியும் திகிரியைச் சுழற்றி படைப்பைத் தொடர முனைந்தான்.

20. [258-266] மேலே பிரமன் இப்படி நினைத்து தன் வேலையைப் பார்க்க முற்பட்டது போல, கீழே தச்சன் ஒரே நினைவாக கைக்கோலை இழைப்பதில் ஈடுபட்டிருந்தான். குமரபுரக் காட்டின் மரங்களின் இலைகள் பழுத்து உதிர்ந்தன. பருவங்கள் ஒன்றன் பின் ஒன்றாகத் தோன்றி மறைந்து மீண்டும் தோன்றி மறைந்து இப்படி காலங்கள் மாறின. இவை எதுவும் தச்சன் கவனத்தில் ஏறவே இல்லை. அவன் தன் உழைப்பில் லயித்துப்போய் தானே உழைப்பும் கடமையுமாக உருவமாகிவிட்டான். தத்துவத்தின் அலைகள் தறிகெட்டு ஓட காலத்தின் இறகுகள் கமுக்கமாய்ப் பறக்க, (முன்பு காலத்தின் குளம்படிக்கஞ்சி என்றது நினைவுக்கு வருகிறது) பருவங்கள் தோன்றிப் பதுங்கி மறைய, 'பார்க்காத லயத்தில்' என்ற சொற்றொடர்கள் தற்குறிப்பேற்ற அணிகள். பிரமன் நிலையும் தச்சன் நிலையும் பக்கம் பக்கமாக வைத்து அதுவும் இதுவும் என்று வேற்றுமைப் பாங்காக பேதம் காட்டப்பட்டிருக்கிறது.

5

21. [267-288] மறுபடியும் குமரபுரம் களம். பிச்சமூர்த்தி மேலும் கீழுமாக மாற்றி மாற்றி காட்சித் தொடர்பும் நாடகரீதியாக அளிக்கிறார். முன்பகுதியில் பருவங்கள் தோன்றி மறைதல் என்ற சூசகக் குறிப்பு. ஆண்டு பின் ஆண்டாக ஓடின காலவோட்டத்தைக் கணித்து, இதில் காலத்தின் 'ஆற்றங்கரை ஓரம் பரிசலில் கருந்தேவன் படர்ந்து கிடந்தாலும் பாதைவழி எங்கும் விழிநட்டிருந்தான்' என்ற உருவக வர்ணனை மூலம் மானிட மரணம் பற்றிய குறிப்பு உணர்த்தல் செய்யப்பட்டிருக்கிறது. வாழ்க்கையின் முடிவு விளிம்பில் என்பதை முதல் இரண்டு வரிகள் குறிக்கின்றன. எமதர்மன் ஒவ்வொருவரையும் எதிர்பார்த்து வருவோரைத் தன் படகில் ஏற்றிச் செல்லத் தயாராக இருந்துகொண்டிருக்கிறான். குமரபுரத்துக்காரர்களை எதிர்பார்த்து இந்த ஆறு வரிக்கும் சேர்த்து அற்புதமான உயிரேற்று அணி படிமமாக (பெர்சாணிபிகேஷன்) அமைந்திருக்கிறது. 'கருந்தேவன்', 'விழிநட்டு' ஆகிய நயமான சொல்லாட்சிகள்.

22. [289-291] குமரபுரத்தார்கள் ஒவ்வொருவராகக் காலமாகிவிடுவது சொல்லப்பட்டிருக்கிறது. முந்தின பத்தியின் தொடர்ச்சியாக உருவக பாவமும் தொடர்கிறது. 'குமரபுரத்தார்கள் ஒருவர்பின்' ஒருவராய் கருந்தேவனின் பரிசலில் வந்து ஏறிக்கொண்டிருக்கிறார்கள். அவர்களது வாழ்க்கை முடிந்து கதை பார்த்த மரணதேவனுக்குள் ஏதோ குறுகுறுக்கிறது. வந்தவர்களைப் பார்த்து 'இத்தனை பேர்கள் வருகிறீர்களே, உங்கள் எல்லோரையும் விட மூத்தவனான அந்த மடத்தச்சன் மட்டும் வரக்காணோமே, ஏன், உங்களுக்குத் தெரியுமா?' என்று கேட்கிறான்.

23, (292-295] அவர்கள் பதில் 'சங்கொலிக்க நாங்கள் வந்தோம். தங்கிவிட்டோர் தத்துவத்தை நாங்கள் அறியோம்' என்று சொல்கிறார்கள். இதைக் கேட்டதும் 'காலம் முகஞ்சுளித்து தள்ளு கோலெடுக்கப் பரிசல் பறந்தது கரும் வெளியினூடே? மிகச்சிறந்த 'மெடபர்' உருவகம். கேள்வி கேட்பது கருந்தேவன். ஆனால் இங்கே 'காலம் முகம் சுளித்தது' என்று மாற்றுருபம் கொண்ட சொற்பிரயோகிக்கப்பட்டு இருக்கிறது. கரும்வெளி என்பது கவனிக்கத்தக்கது. கருந்தேவன், கரும்வெளி, சங்கொலிக்கக் குறியீடுகள்.

6

24. [296-315] காட்சி மாற்றம். பிரமலோகம். முன்பு குமரபுரத்தார் வந்து தச்சனைத் திருத்த முயன்று பயனில்லாமலே திரும்பிப் போனதை நினைத்திருந்த பிரமன், காற்றாலும் அசைக்க முடியாத மலைபோல உறுதியாக இருந்ததையும் கண்டு வியந்து தன் படைப்பு வேலையில் ஈடுபட்டிருந்தபோது அவன் மனதுக்குள் உறுத்தல் இருந்துகொண்டுதான் இருந்தது. அவன் மனமும் நிலைகுலைந்து விட்டது. சரி போய் அந்தக் கலைஞனிடம் பேசி 'கர்மத்தின் மர்மத்தைக் கண்டறியலாமே' என்று ஒரு கிண்டல் மனதுடன் குமரபுரம் காட்டுக்குத் திரும்ப வருகிறான். பேய் பிடித்த தச்சன் 'உலகவழி வேப்பிலை', 'காற்றடித்த மலை', 'குடுக்கைக்குள் கரப்பு கொரகொரப்பது போல்' ஆகிய சொல்லாட்சி கவனிக்க வேண்டியவை. பிரமன் படிப்படியாகக் கீழே இறக்கப்படுவதையும் தச்சன் படிப்படியாக உயர்த்தப்படுவதையும் உணர்கிறோம். மனிதர்களாகிய நாம் கர்மமே கண்ணாக படைப்பில் ஆழ்ந்துள்ள தேவலோக பிரமதேவனைப்பற்றி

லட்சியவாதியாக நாம் கருதுகிறோம். அவனோ ஒரு பூலோக தச்சனிடம் வந்து கர்மத்தின் மர்மத்தைக் கண்டறிய விரும்புகிறான். இன்னமும் கிண்டலாகத்தான் நடந்துகொள்கிறான் என்றாலும் அவனுக்கு ஏதோ உறுத்துகிறது.

25. [316-324] குமரபுரம் வந்த பிரமன் பார்த்தது என்ன? 'வானத்தின் அமைதி வடித்தெடுத்த வதனம் தண்ணீரில் சூர்ய ஒளி, தத்தளிக்கும் மேனி, காலத்தின் சுவடுகள் பதியாத பாங்கு, கண்ணாழ்ந்த கையில் கலையான கொம்பு'. 'மெட்டஃபர்' உருவகங்களாலேயே தச்சனின் வியக்தியை ஆளுமையை (பெர்சனாலிட்டி) சித்தரிக்கப்பட்டிருக்கிறது; - உருவாகி இருக்கிறது. உரைநடையில் நேரடியாக அப்பட்டமாகச் சொல்வதென்றால், அமைதியான முகம் ஒளிரும் உடல், வற்றாத இளமை, கையில் அழகான கம்பு என்று சொல்வோம். இந்தப் படிமங்கள் உணர்த்துவது 'சஜஸ்டிவ்' அதாவது எண்ணங்களை எழுப்பும் வழியாக சூசனையாகக் குறிப்புணர்த்தலாகச் சொல்லுதல். வக்கிரேக்த்தி என்று சமஸ்கிருதத்தில் சொல்வதுண்டு. இந்த அணி முறையை பிச்சமூர்த்தியில் தனி விசேஷமானதாகப் பார்க்க முடிகிறது. 'வானத்தமைதி வடித்தெடுத்த வதனம்' மூன்று சொற்களிலும் மோனை நயமானது. 'கண்ணாழ்ந்த கையில் கலையான கொம்பு', நான்கு சொற்களிலும் மோனை. மற்ற இரண்டிலும் கூட இருக்கிறது. இந்த ஒன்பது வரிகளும் சப்தநயத்தால் ஒலிநயச் சிறப்பு (ரிதம்) விசேஷமாகப் பெற்றிருக்கிறது. பிச்சமூர்த்தி வரிச் சொற்கள் சிறந்த சொற்கள் சிறந்த 'ஒழுங்குடன் என்பது போல அமைந்தவை.

26 [325-339] பன்னிரண்டு ஆண்டுகள் கடந்துவிட்டன. தச்சன் கம்பை தேர்ந்து பட்டை உரித்து இன்னமும்

இழைத்துக்கொண்டே இருக்கிறான்; இருக்கின்றான். இதற்குள்ளே ஊரிலே உள்ள எல்லோரும், அவன் மனைவி உள்பட எல்லோரும் காலமாகிவிட்டார்கள். இந்தப் பன்னிரண்டு ஆண்டு கால இடை நேரத்தை அப்பட்டமாகச் சொல்லவில்லை. முன்பு 'நண்டு நடமாடும் கடகத்தில் இருந்த ரவி முதலை கரவியிருக்கும் மகரத்தில் தென்பட்டான்' என்று ஆறுமாத காலத்தை சூசனைக் குறிப்பால் படிமப் பாங்காகக் காட்டியது போல, இப்போது காட்டுக்கு வந்த அன்று சிம்மத்தில் இருந்த குரு இன்றும் இருக்கின்றான்' என்று சூசனை காட்டிவிட்டு, நமக்குப் புரியுமோ புரியாதோ என்று ஈராறு வருடம் இன்றோடு முடியும் என்று விளக்கத்தையும் தந்துவிட்டார். முன்பும் 'மரம் பொறுக்கவா மாதம் ஆறு' என்று சேர்த்து விளக்கியது போல. ஒரு கவியின் சூசனை உணர்த்தல் எல்லா வாசகர்களுக்கும் ஏற்கனவே தெரிந்து இருக்கும் என்று அனுமானித்துக்கொள்ளக் கூடாது. தெரிந்திருக்க வேண்டும் என்று எதிர்பார்க்கவும் கூடாது. விசேஷமாகப் பிரயோகித்த வார்த்தைக்குப் பொருள் அடிக்குறிப்பு கொடுத்திருக்க வேண்டும். இல்லையானால் வாசகன் கவிதைக்குள் புகமுடியாது. கவிப்பொருளை மனதில் வாங்கிக்கொள்ள முடியாது. கவிதை அவனுக்குத் திறக்காத கதவாகவே இருக்கும். உதாரணமாக ஆங்கில கவி டி. எஸ். இலியட்டின் பாழ்நிலம் கவிதையில், பிற மேல்நாட்டு மொழி வரிகளையும் சொற்களையும் நிறையவே உபயோகிக்கிறார். அவருக்கே புரிந்து கொள்ளப்பட்டதோ என்னமோ, பல தடவை படித்தும் அந்த மேற்கோள்கள் படிமங்கள் சொற்கள் (ஒவ்வொன்றும்) நமக்குப் புரிய இயலாமல் போய் கவிதையை உணர முடியவில்லை. பிச்சமூர்த்தி அதை மனதில் கொண்டுதான் கவிதைக்குள்ளே வேறு விதமான

வரியில் விளக்கத்தை இழைய வைத்திருக்கிறார்.

27. [340-356] தச்சனின் தோற்றத்தைக் கண்டு அவன் 'கருக்கழியாமல் அன்று போலவே இன்றும் வயதால், காலத்தால் பாதிக்கப்படாமல் இளமைத் தோற்றத்துடன் இருப்பதைக் கண்டு வியந்த பிரமன் தனக்குள் கேட்டுக் கொள்கிறான். இந்த நினைப்போட கருத்துகள் மெட்டபாரிக்கலான உருவக அணி ரீதியாக இருப்பதை அப்படியே மீண்டும் தருகிறேன்' காலத்திற்கு அணை கட்டி குறையாத ஒளியாக வாடா மலராய், நலியாக் கலைஞனாய் கைக்கோலில் கருத்தழிந்து காலத்தைக் கடக்க கைகொடுத்த கோலெதுவோ தாங்கி வந்த படகெதுவோ? என்று பிரமித்து கர்மத்தின் மர்மத்தை அவனிடம் அறிந்துகொள்ள கிண்டல் மனதுடன் வந்தவனுக்குப் புரிய இயலாத நிலையில் தடுமாற்றம் கொள்கிறான். உடனே தொடர்ந்து காலம் அவன் காலடியில் கமலாசனமிட்டு தியானத்தில் அமர்ந்துவிட்டதான உணர்வு ஏற்படுகிறது. பிரமனுக்குக் கிண்டல் மனம் போய்விட்டது. மனப்பூர்வமான உணர்வு இப்போதுதான் ஏற்படுகிறது பிரமனுக்கு. இதுவரையில் கவிதையம்சத்தைப் படிப்படியான அதன் வளர்ச்சிப் போக்கை சுவாரசியமாகக் கவனித்து வந்துள்ள நாம் இப்போது கவிதையின் தத்துவார்த்த தொனி மேலும் மேலும் ஏறுவதை உணர ஆரம்பிக்கிறோம். பிரமனுக்கே இப்போதுதான் அது புரிகிறது.

தன்னைக் கேட்டுக்கொள்கிறான். 'தான் ஆன கற்பனை தானாய் அழிந்திட, நிலையான இளமையின் மலை மிஞ்சி நின்றதோ?' என்று கிளர்ந்த மனதோடு சிந்திக்கிறான்; உணர்கிறான். தச்சனின் இளமை நீடிக்கக் காரணம் அவனது 'தான் என்பது தானாகவே அவனிடமிருந்து அழிந்துபோய்விட்டது என்பதுதான். காலமே அவன்

காலடிகள் தேங்கி நின்று விட்டபோது அவன் வயது அப்படியே நின்று விட்டது. அதே நிலையில் காலம் ஓடினால்தானே வயதும் ஓடும். இளமை முதுமையாக மாறுதல் ஏற்படும். இது தேவலோக பிரமனுக்குத் தெரிய இப்போதுதான் வாய்ப்புக் கிடைத்தது. ஒரு மானிட தச்சனின் சாதனையால் பிரம்மனுக்கு ஓர் அதிர்ச்சி ஏற்படுகிறது.

28. (357-369] அதிர்ந்த நிலையில் பிரமன் மேலும் சிந்தனையைத் தொடர்கிறான். காலத்தின் இயக்கத்தைச் சித்தரிப்பதில் அதன் தன்மையைச் சுட்டிக்காட்ட ஆரம்பத்தில் காலத்தின், 'திருட்டு கதி குளம்படிக்கஞ்சி' என்றும் இன்னொரு இடத்தில் காலத்தின் சிறகு கமுக்கமாய் பறக்க என்றும் வர்ணித்தவர், மூன்றாம் தடவையாக 'காலத்தின் ஜபமாலை உருட்டலுக்கு அஞ்சி' என்று இங்கு சித்தரிக்கிறார்.

முதலில் ஓடும் குதிரைக்கும் அடுத்துப் பறக்கும் பறவைக்கும் இப்போது மனிதனுக்கும் பொருத்தி குணாம்சம் ஏற்றி உருவகப்படுத்துகிறார். அதேபோல காலக்கணக்கானது காலம் நில்லாது காலத்தின் வால் ஆடாது, காலத்தின் ஆற்றங்கரையோரம் காலம் முகம் சுளித்து, காலத்தின் சுவடிகள் பதியாத பாங்கு, காலத்துக்கு அணைகட்டி, காலத்தைக் கடக்க, காலம் அவன் அடியில், காலக் கொடூரத்தின், தான் வெல்லாக் காலத்தை, காலக்கணக்கு ஆகிய அடைமொழிகள் உவமை, உருவகங்கள் பயன்படுத்தப்பட்டிருக்கின்றன.

இங்கே காலத்தின் ஜபமாலை உருட்டலுக்கு அஞ்சி பிரமன் திகிரியை நிறுத்தாமல் படைத்துக்கொண்டிருக்கிறான். அவன் தன் படைப்புகளின் பவுசுகளை; தரங்களைக் கவனிக்காமலே பழைய மாதிரியே படைத்துக்

கொண்டே போகிறான். பவுசு என்ற சொல் நையாண்டியாக உபயோகப்படுத்தப்பட்டிருக்கிறது. அவன் படைத்த மனித பாத்திரங்கள் அவனைச் சாடியதெல்லாம் அவனுக்கு உறைக்கவில்லை. கடமை, கலை இரண்டையும் இணைத்து உருவாக்காமல் வேறு வேறு அம்சங்களாகப் பிரித்துக்கொண்டு இரண்டுக்கும் சம்பந்தமே இல்லாதது போல படைக்கிறான். அதாவது 'கடனுக்கு வேலை செய்தும் கணக்குக்கு எண்ணும் மனோபாவத்துடன் வேலை செய்யும் தொழிலாளி ரகத்தவனாக நடந்துகொண்டான். அதை அவன் உணராமல் இல்லை. வேறு வழியில்லை அவனுக்கு. எனவே தனக்குக் கேவலம்தான் ஏற்படுகிறது. பொல்லாப்புதான் கிடைக்கிறது என்று கசந்து சொல்லிக் கொள்கிறான்.' ஈனம்தான் மகசூலா பொல்லாப்புத்தான் பரிசா? என்று விகடாலங்காரமாகத் தற்பழிப்பாக அதாவது தன்னைத்தானே இகழ்ந்துகொள்வதான பாவனை உணர்வு.

29. (370-373) தனக்கு ஏற்பட்ட ஞானோதயத்தில் இப்படி நினைத்து நினைத்து சுயவிமர்சனம் செய்துகொண்ட பிரமன் மனம் உளைந்து பண்டைப்பழம் தெய்வக்குயவன் புத்தம்புது மானிடதச்சன் முன்சென்று கைகட்டிக் கொண்டு உபதேசம் பெற நின்றுகொண்டிருந்தான். இதோடு ஆறாம் பகுதி முடிகிறது.

7

30[374-391] ஆண்டுகள் பல கடந்துவிட்டன. காடுகள் மேடாகிவிட்டன. மேடுகள் காடாகிவிட்டன. குமரபுரம் இருந்த இடமே அடையாளம் தெரியாமல் போய்விட்டது. புல் மண்டிப்போய், காண்டஹார் மன்னர் பரம்பரை இலையுதிர் காலத்து வாதாமரம் போல் மொட்டையாகிவிட்டது. காலம் அவ்வளவு கொடூரமாக விளைவுகளை ஏற்படுத்திவிட்டது. இந்த இடைக்காலத்தில் தச்சன் கைக்கோலை மேலும் அளவாக்கி, அதற்கு மெருகு ஏற்றி, அதன் கொண்டையில் யாளிமுகம், சிங்கம் முகமும் யானை துதிக்கையும் தந்தமும் கொண்ட புராண காலத்து மிருகத்தின் முகம் அமைத்து அதற்குக் கண்களாக 'நெருப்புக்கல்' ஒளியைப் பதிக்கும் முயற்சியில் ஈடுபட்டு இருந்தான். காண்டஹார் மன்னர் பரம்பரை பாரசீக தேசத்தவர்கள் இந்தியா மீது படையெடுத்து மன்னர் ஆட்சி அமைத்துச் சிறிது காலம் அரசப் பரம்பரையாக இருந்த காலம் அது. அழிந்த வரலாற்றுக் காலத்தைக் குறிப்பிட்டு அவ்வளவு காலம் ஆகியிருப்பதைக்

குறிக்கிறது. நெருப்புக்கல் என்று ஒருவித கல் இருப்பதாகக் கேள்விப்பட்டதில்லை. 'ஊதுவத்திப்புல்' போல் இதுவும் கவி கற்பனையாக இருக்கக்கூடும். பாரதியின் கற்பூரக்கல் நினைவுக்கு வருகிறது. காலக் கொடூரத்தின் கண்ணாடிப் படமாம். இந்தப் பகுதியில் காலத்தின் இடையறாத ஓட்டத்தை வர்ணித்து இருக்கிறது. நேரடியாகச் சுட்டாமல் உதாரண உபமானங்களைக் காலகட்ட அளவு தெரிவிக்கப்பட்டிருக்கிறது. இத்துடன் ஏழாம் பகுதி முடிகிறது.

8

31. [892-396] பிரமனுக்குக் கூட பகல் இரவு என்று உண்டு. வயதெல்லை கூட உண்டு. ஆதி அன்னைக்கு இவை கிடையாது. பிரம்மா 'ஆதிக்குயவன்' என்கிறார் பிச்சமூர்த்தி. இங்கே இயற்கையை ஆதி அன்னை என்கிறார். பிரமனுக்கு வயது எல்லை உண்டு. இயற்கைக்குக் கிடையாது. நிரந்தரமானது என்று பிரமனைவிட உயர்தரத்தில் வைக்கிறார். இயற்கை பற்றி பிச்சமூர்த்தி எல்லாவற்றிற்கும் மேலாக, அறிவு, பகுத்தறிவு, தெய்வத்துக்கு மேலாகக் கூட மதிப்பவர். அவரது முதல் கவிதை 'காதல்' என்பதில் இறுதியில் பிரிவினையின் இன்பம் இணையற்றது, தெரியாமலோ ஈசனும் இயற்கையும் ஓடிப்பிடிக்கிறார்கள். தெய்வ லீலையை உரக்கச் சொல்லு என்கிறபோது இரண்டையும் ஒரு சமநிலைக்கு (ஈக்வேட்) உயர்த்தி ஒருவருக்கு ஒருவர் இன்றியமையாமையும் வலியுறுத்தி அதே சமயம் இரண்டின் ஒன்றிப்பும் ஏற்படுத்துவது சாத்யம் அல்ல என்பதையும் உணர்த்துகிறார். இங்கே இயற்கையை மேலாகக் கருதுகிறார். இயற்கையில் அவருக்கு அசைக்க

முடியாத நம்பிக்கை. இயற்கை அறிவு, உள்ளுணர்வு, இவற்றில்தான் மனிதநெறி சம்பந்தமாகக் கொள்கை கொண்டிருக்கிறார். ஒருவிதத்தில் இது இசைவானதாகச் சொல்லலாம். தற்கால மனிதனிடமிருந்து கடவுள் ரொம்ப தூரம் தள்ளிப்போய்விட்டார். மனிதன் விஞ்ஞானத்தின் பெயரால் இயற்கையை வெல்லும் முயற்சியில் ஈடுபட்டிருக்கின்றான். 'உயர உயரப் பறந்தாலும் ஊர்க்குருவி பருந்து ஆகாது' என்று பழமொழி உண்டு. மனிதன் இயற்கையை மீற முடியாது. எனவே இயற்கைதான் மனிதனுக்கு தெய்வத்தை விட உணர்த்தக் கூடியது. அதனால்தான் ஒரு மனித தச்சனது இயற்கைத் தன்மை வைத்து தெய்வ பிரமனது தன்மையை இரண்டாம் பட்சமாக ஆக்குகின்றார். பின்னால் வரும் பகுதியில் முத்தொழில் பிரிவினையின் மூடத்தனம் கண்ட பிரமனே தானே உணர்வதாகக் காட்டுகிறார். இயற்கையே தெய்வம் என்ற கோட்பாடுதான் பிச்சமூர்த்தியின் கவிதா தரிசனக் கோட்பாடு எனலாம். ஒரு உதாரணம். பிச்சமூர்த்திக்கு கண்ணில் காட்ராக்ட் வந்திருந்தது. அவர் ஆபரேஷன் செய்துகொள்ள முற்படவில்லை. ஒரு ஓமியோபதி வைத்தியரிடம் காட்டி அவர் ஏதோ மாத்திரை கொடுத்து சாப்பிட்டு வந்தார். கடைசிவரை அவர் பார்வை சரியாக இருந்தது. அவர் மருந்துகள் மாத்திரைகள் சாப்பிட்டு நான் பார்த்ததில்லை. அவருக்கு யோகாப்பியாசம் பழக்கம் உண்டு. எனவே பிச்சமூர்த்தி இயற்கையை ஆதி அன்னை என்றது அவரது வாழ்வுக் கொள்கை இலக்கியக் கொள்கையும் ஆகும்.

32. [397-411] திகிரியைச் சுழற்றிச் சுழற்றி ஓய்ந்துபோன குயவன் கண் ஓயுமுன் அந்தப் பொழுதில் குமரபுரக்

காட்டுக்கு வந்தான். அவனது நிலைமையை அறியப் பார்த்ததும் வியந்துபோனான். கைக்கோலின் கைப்பிடி இன்றும் செய்தாகவில்லை. ஆனால் தச்சனின் இளமை அப்படியே அவனிடம் தேங்கி இருந்தது. பிரமன் சுற்றும் முற்றும் பார்த்தான். முன்னர் பார்த்தபோது, 'காண்டகார பரம்பரைதான் அழிந்து இருந்தது. இப்போது மன்னர்களின் பெயர்கள் மணலில் தெரிந்தன' அதாவது எத்தனையோ மன்னர் பரம்பரைகள் அழிந்துபோனதாக மணல் காட்டுகிறது. காலம் கணக்கு எல்லைமீறிப் போய்விட்டது. ஆனாலும் தச்சன் இளமை குறையவே இல்லை.

33. [412-419] இதைக் கண்ட பிரமன் மெய்யறிவு பெற்றுவிட்டான். அவன் மனத்திலிருந்து எழுந்த உணர்வுதான் 'எல்லாக் காலத்தை அவன் வென்றுவிட்டான்' என்பதுதான் தான் காணா மர்மத்தை அவன் கண்டுவிட்டான் என்பதுதான். பிரமனுக்கு (ரியலைஸேஷன்) அனுபவப் பேருண்மை புலப்பாடு ஏற்பட்டுவிட்டது. தன்னைக் காட்டிலும் அவன் உயர்ந்துவிட்டான் என்று மனம் சலித்து தன் இடத்துக்குத் திரும்பிப் போய் அவனது நாளின் இருள் நேரத்திற்குள் ஒன்றிவிட்டான். அதோடு அவனது ஆணவம், ஆண்மை ஒடுங்கிவிட்டது. இதோடு எட்டாம் பகுதி முடிகிறது.

9

34. [420-432] பிரமன் இருளில் ஒன்றாகிவிட்டான் என்பதைச் சென்ற பத்தி இறுதியில் பார்த்தோம். இதன் ஆரம்பத்தில் பிரமாவின் இரவு கரைந்தோடும் காலை என்று ஆரம்பம். குயவன் தன் வேலையைத் தொடர அக்கறையோடு வந்தான். அங்கே கண்டது என்ன? சூளை இருந்த இடம் சுடராய் இருந்தது. திகிரி இருந்த இடம் தேனாகிவிட்டது. பிரமா அதிர்ந்து போய்விட்டான். இது எதனால் ஏற்பட்ட விளைவு என்று தவித்துப்போன நிலையில் என்னவோ புதுமை என்று உணர்ந்தான். அண்டத்தையே அதாவது பிரபஞ்சம் முழுவதிலும் பரந்து இருந்த ஒருவித அழகைக் கண்டான். அது கீழே இருந்துதான் வெளிப்படுகிறது என்று அவனுக்குப் படவும் குமரபுரம் காட்டில் வந்து இறங்கினான். கரைந்தோடும் காலை, பிரமாவின் இரவு குறிப்பிடக்கூடிய சொற்றொடர்கள்.

35. [433-445] அவன் கண் எதிரே கண்டதும் தனக்குள் கேட்டுக்கொள்கிறான். ஒவ்வொன்றாய் அடுக்குகிறான்

கேள்விகளை. 'கண்ணெதிரே கைக் கோலா கைக்கோல் மாதிரியான உருவத்தைக் கணித்தாலும் சந்தேகம் ஏற்பட்டுவிட்டது. கைக்கோல் இப்படி இருக்குமா? இருக்கமுடியாது. வேறு எதோ! ஒரு வேளை வெந்தழகின் நேர் நாக்கா? இருக்காது. இப்படி மின்னின மினுக்கா? அதுவும் இருக்காது. இப்படி ஒருவேளை 'அது மெய்ப்பொருளின் கதவிடுக்காக இருக்கலாமோ?' என்ற தத்துவப் பார்வையைச் செலுத்துகிறான். மறுபடியும் இது கைக்கோலின் பிடியா? வெறும் பிடியாக இல்லையே, ஒருவேளை உயிரியக்கை காட்டும் உள்ளார்ந்த கண்ணா இருக்குமோ? இது இன்னொரு தத்துவப் பொருள்.

இப்படியும் இருக்குமோ, 'பேரணுவின் குறியீட்டுச்சுழலா? இருக்கலாம். 'அவன் தச்சனா, தச்சனா, தச்சன் தானா? இல்லை. அவன் வெறும் பூலோகத் தச்சன் இல்லை. வேறு யாரோ அமானுஷ்யனாக இருக்கக்கூடும். இப்படி அதுவா இதுவா என்று கேட்டுக்கொண்டவன் அது அவன் அறிந்த (பிரமன்தான் நான்கு வேதங்களை நான்கு முகங்களாகக் கொண்ட நான்முகன் ஆச்சே) வேதாந்த தத்துவங்களுக்குக் குறியீடாக உள்ளே ஒரு தெய்வீகத் தத்துவ ஞானப்பொருள் என்று உணர்கிறான்.

36. [444–454] அவன் மனதில் இவை சுழன்றபோது திடும் என ஒரு பிரமிக்கத்தக்க கருத்து எழுந்து 'முத்தொழில் பிரிவினையின் மூடத்தனம் கண்ட முதல் குயவன்?' என்பது மிகப் பொல்லாத கருத்து. நமக்கே திடுக்கிடுகிறது. ஆனால் இதை நினைத்துச் சொல்வேன். அந்த முத்தொழில்காரர்களின் முதலாமவன் பிரமன் படைப்பவன், விஷ்ணு காப்பவன், சிவன் அழிப்பவன்; இதுதானே பிரிவினை. 'முத்தொழில் செய்யும் முதல்வனும் நீயே' என்று பாடிய வாக்கும் உண்டு. அதாவது பிரம்மம், பரம்பொருள் என்ற முதல்

பொருளின் மூன்று அம்சங்களாகச் செயல்படுபவர்கள். இதுவரை தான் படைப்பவன் என்று தற்பெருமை காட்டியவன் பிரமா. இப்போது அந்தத் தொழில் அவனுக்குக் கசந்துவிட்டது. அந்த இலாகா தனக்குப் பிரித்துக் கொடுக்கப்பட்டதையே வெறுக்கிறான். அவன் படைத்த பாத்திரங்கள் அவனையே பழித்தன. மற்ற இருவரையும் பழிக்கவில்லை. விஷ்ணுவையாவது காப்பாற்றுபவனாகப் போற்றுகிறார்கள். அழிக்கிற சிவனைக்கூட அவ்வளவாக யாரும் கோபிப்பதில்லை. ஏன், இப்படிப் பிறப்பித்தாய், விதியை எழுதியே என்றுதான் கேட்கிறோம். ஆகவேதான் இந்தப் புதிய அனுபவம் பிரமனுக்கு. தன் வேலை கசந்து விட்டது. ‘வெந்ததும் வேகாததுமாய், பச்சையாய், அரைவேக்காடாய், எங்களை அறுத்துத் தள்ளியவனே சட்டிப்பானை கடைக்காரனா, மலட்டுக் கலைஞனா, வனப்புக் கடலறியா, வாவித் தவளையா?’ என்று இப்படியெல்லாம் தனக்கு வசைதானே கிடைத்தது. ஒருகணம் நில்லாமல் யுகயுகமாக இந்தத் தொழிலில் ஈடுபட்டு இருந்தும், இழிவுதான் அவனுக்குக் கிடைத்த மகசூல், அறுவடை விளைச்சல் லாபம் பொல்லாப்புதான். பிறருடைய வெறுப்பும் ஏசலும்தான் கிடைத்த பரிசும் பாராட்டும். இதுதானா? இப்போது தான் படைத்த ஒரு சாமான்ய மனிதன் தன்னை அழித்து விட்டான். புத்தி புகட்டிவிட்டான். எல்லாவற்றையும், தான் வெல்ல முடியாத காலத்தையே வென்றுவிட்டான். அதுதான் பிரமனுக்குக் கிடைத்த பெரிய இடி அடி அவனைப் பெரிய பீடத்திலிருந்து கீழே தள்ளிவிட்டது. இனி தன்னால் இந்தத் தொழிலைச் செய்ய முடியாது. முத்தொழில் பிரிவினையை தான் ஏற்றுக்கொண்டதே மகா தவறு என்ற உணர்தல்தான் அவனை ‘மூடத்தனம்’ என்று சொல்ல வைத்துவிட்டது. அவன் மனமே

அடங்கிவிட்டது. 'மனம் அடங்கி மேலேற, திரும்ப மேல் உலகத்துக்குத் தன் இருப்பிடத்துக்குப் போக எண்ணினான்.

37. [455-458] அவன் இதை எண்ணிய அதே கணத்தில் நடந்ததுதான். பிரமாவுக்கு விபரீதமான சோதனை ஏற்பட்டுவிட்டது. காலக்கணக்குப்படி புதுப்பிரும்மம் பட்டம் பெறுவதற்குப் புதியவன் வருவதைக் கண்டான். இதைப் பார்த்ததும் இதை எதிர்பார்த்திராத பிரமதேவன் அந்த இடத்திலேயே அயர்ந்தான். அவிந்தான். தன் வாழ்வு சம்பந்தமாகக் கூட பிரமனால் காலத்தை வெல்ல இயலவில்லை. எந்தக் காலத்துக்கு ஏற்ப பிரமன் தன் தொழிலை ஆதிமுதல் செய்து வந்தானோ அந்தக் காலம் அவனைத் தனக்கு இரையாக்கிக் கொண்டுவிட்டது.

38. [459-463) 'புல்கள் சிரித்தன, தச்சனும் சிரித்தான். இழைப்புளி சீவிய மரச்சுருள் ஒன்று, கால்மீது காற்றில் உருண்டு சிரித்தது, புல்கள் சிரித்தன' என்று கவிதை முடிகிறது. பிரமனது அவலகதியைக் கண்டு ஜடப் பொருள்களான புல்லும், மரச்சுருளும் சிரித்தபோது தச்சன் மட்டும் சிரிக்காமல் இருக்க முடியுமா? தச்சன் சிரிப்பு தன் சாதனை வெற்றி மகிழ்ச்சி சிரிப்பா அல்லது பிரமன் வீழ்ச்சி கண்ட பரிதாபச் சிரிப்பா? எதுவோ தெய்வ பிரமனால் வெல்ல முடியாத காலம் என்ற இயக்க சக்தியை அவன் வென்றுவிட்டான் மானிடனாக.

இத்துடன் கவிதை ஆய்வு முடிகிறது. ஆய்வுமுறை கவிதையின் உட்பொருளை வெளிப்படுத்துவதில், வெளிக் காட்டுவதில் கவிதைக்குள்ளே இருந்து எழும் கிடைக்கும் தகவல்களை முதலில் வரிவரியாகவும் அடுத்து பகுதி

பகுதியாகவும் கவிப்பொருளை கவிதை அமைப்பு ரீதியாக ஆராய்ந்து கவிப்பொருளின் துவக்கம், வளர்ச்சி, மையநிலை, மேல்வளர்ச்சி, உச்சக்கட்டம், கவிதையின் சிக்கு முடிச்சை அவிழ்த்தல், (டினோமென்ட்) ஆகிய நிலைகளின் அதன் படிப்படியான போக்கை நிதானித்து முடிவில் மொத்தமாகப் பொருள் உணர்த்தல் முறை. இத்தோடு கவிதைக்குள்ளே உள்ள வார்த்தை, சொல் தொடர் பகுதி இவற்றிலிருந்து கிடைக்கும் தகவல்களை ஒன்றுக்கொன்று இணைத்து பொருத்தம் பார்த்து கருத்து வளர்ச்சியையும், ஆழ்மையையும் மதிப்பையும் கணிப்பதும் கூட ஒன்றுக்கொன்று காரண காரிய தொடர்பு காட்டி இழையச் செய்து கவிதையின் ஒன்றிப்புக்கு சாத்யம் ஏற்பட்டதைத் தெரிவிப்பதும் கூட மொழிநடை, சொல்லமைப்பு, கருத்தமைப்பு, கட்டமைப்பு, படிமப் பிரயோகம் இவற்றைக் கொண்டு கவிதையின் உள்ளுறைவான இயல்பான [இண்டிரின்சிக்] குண விசேஷத்தை வெளிக்காட்டுவது. இது ஒரு ஆராய்வு முறை (மெதாட்); உத்தி (டெக்னிக்); பார்வை அல்ல. [அப்ரோச்] பார்வை என்பது, இலக்கியத் தத்துவ ஒரு கொள்கையை வைத்துக் கருப்பொருளை மதிப்பிடுவது. காவிய இயல், மிகு உணர்ச்சி இயல், நடப்பியல் என்பது மாதிரி.

அத்தியாயம்: 2

'வழித்துணை'யின் கதையம்சம், வடிவ அமைப்பு, வரியமைப்பு, யாப்பமைதி, படிம நயம், உத்திமுறை இவற்றைப் பத்தி பத்தியாகவும் பகுதி பகுதியாகவும் பார்த்தாகிவிட்டது. அதாவது அதன் இலக்கிய நயத்தைப் பற்றிய அம்சங்களைப் பார்த்தாகிவிட்டது. இனி அதன் பொருள் ரீதியான மதிப்பு (வேல்யூ) பற்றிப் பார்க்கலாம். ஆங்கிலக் கவி டி. எஸ். இலியட் 'ஒரு படைப்பு இலக்கியத்தரமானதா என்பதை இலக்கிய அம்சங்களை வைத்துப் பார்க்க வேண்டும். அடுத்து அது மகா இலக்கியமா என்பதை அதன் பொருள் மதிப்பை வைத்துக் கணிக்க வேண்டும்?' என்கிறார். ஷுமேக்கர் என்ற கொள்கை விமர்சகர் பின்வருமாறு விளக்கமாகக் கூறி இருக்கிறார். ஒரு லட்சிய விமர்சனம், வாழ்க்கையை, முழுமையாகப் பார்க்கும் ஒரு தத்துவ ரீதியான வாழ்க்கைப் பார்வை கொண்டது. மனித நடவடிக்கைகள் அல்லது செயல்முறைகளிலிருந்து பரஸ்பர இலக்கிய நடைமுறைகள், செயல்முறைகள் என்று இரண்டுவிதமாகப் பிரித்துக்கொண்டு ஆரம்பித்து,

அவற்றின் பரஸ்பர உறவை அளவிட்டு, கணித்து, அவற்றிலிருந்து ஒரு இலக்கிய மதிப்பு விதிமுறைகளை அனுமானத்தில் நிதானித்து, குறிப்பிட்ட, தனிப்பட்ட சந்தர்ப்பத்துக்கு, அந்த அளவையைக் கையாண்டு பொருத்திப் பார்ப்பது ஆகும். இதைவிடத் தெளிவாக இலக்கியத்துக்கும் தத்துவத்துக்கும் உள்ள உறவை தெளிவாகச் சொல்ல முடியாது. முதலாவதாக இந்த அடிப்படையில் பார்ப்போம்.

1. தத்துவ மதிப்பு, புராணங்களிலிருந்து படித்த ஒரு பத்தி இதற்கு ஆதாரம் என்று பிச்சமூர்த்தி கூறி இருக்கிறார். எனவே ஒரு புராண சம்பவத்தைக் கொண்டது. இது இங்கே இரண்டு தன்மையான கதை அம்சங்கள் கலவை ஆக்கிய உருவம் கொண்டது. அமானுட இருப்பு நிலை, மானுட இருப்புநிலை இரண்டின் ஆழப் பதிந்துள்ள உள்ளார்ந்து இருக்கும் சில அம்சங்களில் ஆழ்ந்து தொக்கி நிற்கும் குறியீட்டுத் தன்மையை வெளிக்காட்டும் விதமாக அந்தக் கதை அமைக்கப்படுவது. இங்கே அது வெறும் புராணக் கதையாகக் கையாளப்படவில்லை. ஓர் ஆழ்ந்த தத்துவ உணர்த்தல் வெளியீட்டுக்காகப் பயனாகி இருக்கிறது. அதாவது பண்புருவான [அப்ஸ்டிராக்ட்) குணாம்சமான தன்மை கொண்டு ஒரு தத்துவார்த்த வெளிப்பாட்டிற்குத் தூல தோற்றக் கதாசம்பவத்தை கான்கிரீட் உருவாக்கி அதன்மூலம் மதிப்பு (வேல்யு] தொனிக்கச் செய்வது. அதாவது ஓர் உருவகமாக [மெட்டஃபர்] உவமானத்தையும் உவமேயத்தையும் வேற்றுமைப்படுத்தாமலே, உவமானப் பொருளின் குணாம்சங்களை (கேரக்டரஸ்டிக்ஸ்) உவமேயப் பொருளுக்கு ஏற்றி ஒற்றுமைப்படுத்தி ஒன்றேயாகத் தோன்றக் காட்டுவது என்ற உத்திமுறையானதாகும். எனவே இது ஓர் உருவகக் காவியம். கதைக் காவியம்

அல்ல. கதையம்சம் ஒரு வியாஜ்யம். அதாவது ஒரு சாக்கு.

கவிதையின் கதையம்சத்தை இங்கே திருப்பிச் சொல்ல வேண்டியதில்லை. இந்தப் புராணக்கதைக் கருவை பிச்சமூர்த்தி எடுத்துக்கொள்ளக் காரணம் என்ன? முன்பு எழுதிய ஐந்து நீண்ட கதைக் கவிதைகளில் முதலாவது இயற்கையைப் பற்றிய [இருளும் ஒளியும்] ஒரு பொருளிடத்து இயல்பாக நிகழும் இயற்கைத் தன்மையை அதற்கு உயிர்ப்பு சக்தி ஏற்றி அந்த இயற்கை நிகழ்வுக்கு இசைய அமானுஷ்ய உருவம் கொடுத்து விஞ்ஞானப் பாங்காக ரீதியாகப் பொருள் உணர்த்தல். இரண்டாவது தாயும் குஞ்சும் மானிட நெறி உணர்த்தலாகப் பழமை, புதுமை என்ற பிரிவில் பழமையின் மதிப்பை உணராமல் புதுமைக்குப் பேராசைப்பட்டு அதன் விளைவாக ஏற்பட்ட பாதகத்தை உணர்த்துவது. மூன்றாவது (அக்னி) 'இருளும் ஒளியும்' போல பஞ்ச பூதங்களில் ஒன்றான தீயை, விஞ்ஞான ரீதி இயற்கை நிகழ்வை உருவகப்படுத்தி உயிரேற்று அணிமூலம் புராண ரீதி கதையம்சம் கற்பனை செய்த கவிதை ஆகும். உயிர்மகள், கவிதை புராணக் கருவையோ கதையையோ ஆதாரமாகக் கொண்டு கற்பனையில் அது தன் பார்வையில் ஒரு பாடந்தரம் (இன்டர் பிரடேஷன்) பார்வை மூலம் ஒரு புதிய பரிமாணத்தில் பழையதைப் பார்த்தது. ஐந்தாவது [மழையரசி] கவிதையில், பஞ்சபூதங்களில் ஒன்றான நீர் இயற்கைப் பிரிவை மழையாக பாவித்து மழையரசியாக உருவகப்படுத்தி ஒரு கற்பனைக் கதை ஜோடித்து, விஞ்ஞான விஷயத்துக்குப் புராணத்தன்மை ஏற்றியது.

வழித்துணை இந்த ஐந்திலிருந்தும் மாறுபட்டது. இது

அடிப்படை வேத தத்துவத்தையே தொட்டுவிட்டது. பிச்சமூர்த்தி கவிதைகளில் அத்வைதம், பரமானு-ஜீவானு ஐக்யம்லயம், தெய்வ முயற்சி, தெய்வலீலை, விதி, தமஸ், புண்ணியம், பிறவி, இருள் விண் ஒளி அமுது, அமிர்தம், பழம் முதிய இருட்டு, அறிவின் சுயேச்சை, அகண்ட ஒளி, அழகு, சூழ்வின் இருள், புலன்கள், தெய்வப் பேச்சு, பரத்தின் நாதம் பித்தன், ஜீவன்கள் லீலை, பித்தர்கள் காலடி, ஆதிலீலை, சொர்க்கம், ஞான திறவுகோல், பிரளயத் தீ, கைவல்லியம், ஞானக்கண், யோகி, அமுதொளி, மோனமது. ஆதி எழில் சைதன்யம் இப்படி வேதாந்த, தத்துவச் சொற்களை நிறைய உபயோகித்திருக்கிறார். இவற்றைப் படிக்கும் ஒருவன் அவை வேதாந்த கவிதைகள் என்று நினைக்கத் தோன்றும். அம்மாதிரி முடிவு முன்கூட்டி செய்வது சரியாகாது. இவை பிரயோகம். பரத்துக்கு உரியதல்ல. அவற்றை இகத்துக்குத்தான் பொருத்தி இருக்கிறார். பெரும்பாலும் ஒருசில இடங்களில்தான் பரத்துக்கு உரியதாகும்.

'வழித்துணை'யில் வேதாந்தம் உணர்த்தும் நோக்கம் கிடையாது. வாழ்க்கை நெறி உணர்த்தல்தான் கவியின் உத்தேசமாக நிரூபிக்கப்பட்டிருக்கிறது. பிரமன் சிருஷ்ட்டிகர்த்தா. பிரமன் படைத்தால்தானே திருமூர்த்திகளில் மற்ற இருவருக்கும் வேலை. காப்பதும், அழிப்பதும். எனவேதான் 'பிரமா, விஷ்ணு, சிவன்' என்ற வரிசைக்கிரமப்படுத்தப்பட்டிருக்கிறது. எனவே மனிதனுக்கு பிரமாவிடம்தான் முதல் உறவு. ஆகையால் பிரமாதான் மனிதனோடு முதல் உறவு கொண்டவன். எனவே பிரமாவை பூலோகத்துக்குக் கொண்டுவருகிறார் பிச்சமூர்த்தி. புதுமைப்பித்தனும் ராமையாவும் பரமசிவனை பூலோகத்துக்குக் கொண்டு வந்தார்கள் தம் கதைகளில். அவர்கள் உத்தேசம் வேறு.

இங்கே பிச்சமூர்த்தி கொண்டுவந்த உத்தேசம் மானிட வாழ்க்கை நெறி சம்பந்தமாகத் தற்காலத்தில் மானிடம் உலகெங்கும் நெறி இழந்து தத்தளிக்கிறது. கவிக்கு அது உறுத்துகிறது. மனிதன் கடமையை உதறிவிட்டுக் கொண்டிருக்கிறான். அழகை ரசிக்க இயலாதவனாகி இருக்கிறான். சத்தியம், சிவம், சுந்தரம் என்பதுதான் தத்துவக் கொள்கையின் முப்பெரும் அம்சங்கள். இந்த மூன்றில் ஒன்று குறைந்தாலும் மனிதத்துவம் முழுமை ஆகாது. கடமை நெறி சத்தியத்தைச் சார்ந்தது. சிவம் அன்பைச் சார்ந்தது. சுந்தரம் அழகைச் சார்ந்தது. எனவே இந்த மூன்று அடிப்படை லட்சண அம்சங்களை இழந்து வருவதால் மனித ஆளுமை சிதைந்துபோய்க்கொண்டிருக்கிறது. சுதந்திரம் வந்தபிறகு கிட்டத்தட்ட இந்த அரை நூற்றாண்டு காலத்தில் இந்த மூன்றையும் படுபாதாளத்தில் தள்ளிக் கொண்டிருக்கிறோம். கவி வெறுமையில் கவிதை படைப்பவன் அல்ல. அவனவன் காலத்து அவலநிலை, உறுத்தலின் விளைவாகத்தான் தன் காலச்சூழல், பின்னணியை வைத்து இலக்கியம் படைக்கிறான். ராமாயணம், பாரதம் முதல் கால உணர்வில் எழுந்த காவியங்கள்தான். சிலப்பதிகாரமும்தான். பாரதியும்தான். பிச்சமூர்த்தி உடன் நிகழ்கால உணர்வுக்கவி. கவிதை என்பது ஒரு முழுமையான அனுபவத்தை உணர்வாக வெளிப்படுத்துவது, அனுபவம் என்பது (எக்ஸ்பீரியன்ஸ் புறப்பாங்கான அதாவது வெளிநடப்பான தூல நிகிழ்ச்சியாலோ அல்லது அகமன ஓட்டத்தாலோ பாதிக்கப்பட்டு, தனக்கு எழும் ஓர் உண்மையுணர்வை நெஞ்சறிந்து உணர்தல் என்பது. இந்த மெய்யுணர்வு நிலையைக் கவிதை உருவம் மூலம் நயமாக வெளியிடுபவன் கவிஞன். அப்படி வெளியிடப்படுவதுதான் கவிதை.

கவிதையைப் படைப்பவன் கவிஞனா, அல்லது கவிதை கவிஞனைப் படைக்கிறதா? தாய் குழந்தையைப் பெறுகிறாளா, குழந்தை பிறந்து தாயாக ஆகிறாளா என்பது போல எதானாலும் கவிதை படைக்கும் கவிஞன் தன் காலதளத்தில் கால் பதித்துதான் கவிதை படைக்கிறான். நிகழ்காலத்தைக் களமாகக் கொண்டு, முன்னும் பின்னும் பகடைக்காய் நகர்த்தல் இறந்த காலத்தையும் எதிர்காலத்தையும் நிகழ்காலத்துடன் கலவை செய்து ஓர் அடிப்படைத் தத்துவத்தை உணர்த்த கவிதையைப் பயன்படுத்துகிறான். பாரதி, பிச்சமூர்த்தி இருவரும் இந்த முக்கால பரிமாணத்தில்தான் தம் கவிதைப் பொருளைக் கையாண்டு முக்காலத்துக்குமான கவிதைகளை ஒரு தரிசனப் பார்வையுடன் ஆத்ம தரிசனமாகப் பேருண்மைகளைக் கண்டறிதல் கொண்டவர்கள்.

வேதாந்தம் பற்றி சுவாமி விவேகானந்தர் இந்த உலகத்தை வெறுக்க வேண்டுமே தவிர (ரீனவுன்ஸ்) அதை விட்டு வெளியேறிவிடக் கூடாது, உலகத்தில் இருக்க வேண்டும்; ஆனால் அதிலேயே மூழ்கிவிடக் கூடாது. அதுதான் உண்மையான பற்று அறுத்தல். வேதாந்தி ராஜம் அய்யர், நான்கு வகை யோகங்களான கர்மயோகம், பக்தியோகம், ராஜயோகம். ஞானயோகம் இவற்றை விளக்கி கர்மயோகத்தை முதலாவதாக வைத்து அதிலிருந்து படிப்படியாக ஞானயோகத்துக்கு உயர்வதைச் சுட்டிக்காட்டி கர்மயோகம் நிலையைத் துலக்கமாக விளக்குகிறார். வேதாந்தத்தில் கர்மயோகம் என்பது ஒருவன் தன் கையில் உள்ள வேலையைச் சரிவரச் செய்தல் என்பது. அது எந்த வேலையாகவும் இருக்கலாம். உடல், மனம், உணர்வு இந்த அம்சத்தில் மனிதன் கையாளும் செயல்முறைகளை இது குறிப்பது.

அதாவது ஒருவன் அதில் மனமாழ்ந்து தன்னை முழுக்க ஈடுபடுத்திக்கொள்வது. ஆனால் அந்தக் காரியங்களில் சுயநலம் போன்று கள்ளநோக்கு இருக்கக் கூடாது. பலன் கருதியதாக இருக்கக் கூடாது. அதாவது லோகாயத நினைப்பில் செல்லக் கூடாது. விவேகத்துக்கு இட்டுச் செல்லக்கூடிய காரியமாக இருக்க வேண்டும். கிருஷ்ணன் அர்ஜுனனுக்கு உன் கடமை வேலை செய் என்கிறார். கர்மயோகம் கடமையைச் சரிவர செய்வது சுரம் யோகம் தியாகபூர்வமானது. கர்மரிஷியான பீஷ்மர் தன் கடமையைச் செய்தவர். தந்தைக்காக சிம்மாசனத்தைத் துறந்தவர். பாண்டவரிடம் அபிமானம் இருந்தும் தன் கடமையை துரியோதனுக்காகச் செய்தவர். கர்மயோகத்துக்கு அர்ப்பணம் முக்கியம். கடமை செய்வதில் ஒன்றின் மீது பற்றுதல் குறுக்கிடக் கூடாது. கடமையும் உழைப்பும் அனுபவத்தில் சித்தி நிலையைத் தரக்கூடும். கர்மயோகத்துக்கு நெறி அவசியமானது; ஆன்மீகமும் கூட. வேலைக்காக வேலை என்பது அன்றி உயர் லட்சிய நோக்குடன் கூடிய வேலையாக இருக்க வேண்டும். கீதையில் உணர்த்தப்படுவது கடமை, பற்றின்மை, கடமையில் தன்னை ஆழ்த்திக்கொண்டே அது தானேயாக வேண்டும். தன்னை மறந்து நாதோபாசனையில் ஈடுபடும் பாடகன், எந்தக் கலையிலும் அதே விதமாக ஈடுபடும் கலைஞன் இவர்கள் கர்மயோகிகள். தனி மனிதனுக்கு இந்தக் கடமையுணர்வும் முனைந்த உழைப்பும் மனிதன் உயர்ந்த நிலைக்கு உயர்த்துபவை. இதுதான் கர்மயோகம் என்பது வேதாந்த ரீதியாக.

வழித்துணையில் இந்தக் கர்மயோகம் வேதாந்த நிலை எடுத்துக்கொள்ளப்பட்டிருக்கிறது. பிச்சமூர்த்தியின் இந்த வேதாந்தக் கொள்கைதான் அடிப்படை இலக்கியக்

கொள்கையும் பின்பற்றப்பட்டிருக்கிறது. இந்தப் பார்வையில் கவிதையை அணுகி ஆராய்ந்து பார்த்தால் இந்த உலகத்திலேயே வாழ்ந்தும் அதிலிருந்து விலகியும் இருந்தும் முரணான நிலையில் வாழ்க்கை நெறி, கடமை இரண்டையும் கடைப்பிடித்தால் மனிதனுக்கும் சாத்யமாகும். அவன் ஆன்மீக விடுதலைக்கு ஒப்பான ஒரு விடுதலை உணர்வைப் பெற முடியும். தன்னைச் சிதறவிடாமல் வைத்துக்கொள்ளவும் முடியும் என்று உணர்தலை உணரலாம். கைகாட்டி வழிகாட்டி கைக்கோல் போல் கைத்துணை மனிதனுக்கு உதவுகிற ஒரு கருவி. நத்தைக்குக் கொம்பும், யானைக்கு முன் காலும் குருடனுக்குக் கோலும் போல் மனிதனுக்கு அவன் வாழ்வுப் பாதை பயணத்தில் துணையாகப் பல தேவைப்படுகிறது. அறிவு, உணர்ச்சி நெறி, கடமை, உழைப்பு, இலட்சியம், இப்படி உண்டு. எனவே ஏதாவது ஒன்று அவன் வாழ்க்கைக் குறிக்கோளாக அவனுக்குத் துணையாக இருக்கவேண்டும். ‘துணை’ என்பதுக்கு ஆதரவு, உதவி, பாதுகாப்பு அம்சங்கள் உண்டு. லோகாயதமாக துணை அம்சங்கள் இருப்பது போல ஆன்மீக அம்சமாக கடவுள் நம்பிக்கை, பக்தி ஒழுக்கம் இத்யாதிகள் இவனுக்குப் பயன்படுபவை. சமூகம், சமுதாயம், தேசம், உலகம் இவற்றோடு உள்ள உறவில் துணையும் தேவை. இவற்றுக்கெல்லாம் மேலாக அறிவியல் துறைகள், விஞ்ஞான இயல், கலை இயல் துறைகள், மரபு, கலாச்சாரம், மதம், வேத நூல்கள் இப்படி உதவக்கூடியவை. லோகாயதமாகவும் ஆன்மீகமாகவும் உள்ள இத்தனை அம்சங்களாலும் மனிதனுக்கு உடன்பாட்டு மனப்பான்மை தேவைப்படுகிறது. இதைத்தான் பிச்சமூர்த்தி வழித்துணைக்கு அர்த்தம் கொடுத்து இந்தப் படி உருவகப் படிமத்தளத்தைத் தன் கவிதைத் தலைப்பாகக் கொடுத்திருக்கிறார்.

இந்தக் கவிதையில் குயவன், தச்சன் என்ற இரண்டு கதாபாத்திரங்கள் குறியீடுகளாக, இருவரும் பூலோகத்து இரண்டு தொழில்களுக்குப் பிரதிநிதிகள். இருவரும் தொழிலாளர்களே, ஆனால் வெறும் உழைப்புத் தொழிலாளர்கள் இல்லை. இலட்சியக் குறிக்கோள் கொண்டவர்கள். ஆனால் குயவன் தேவலோக குயவன்; பூலோகத்துக்காக மனிதர்களைப் படைப்பவன் பிரமா. தச்சன் பூலோக தச்சன். தனக்காக தினமும் தனக்கு வழிகாட்ட ஒரு கைக்கோலைச் செய்ய முற்பட்டவன். இது ஒரு வித்யாச விவர்ணம். முன்னவரது பொதுக் காரியம். பின்னவரது சுயகாரியம். இது என் யூகம் இல்லை. கவிதையிலேயே உள்ள தகவல்களிலிருந்து எழும் கருத்து. பிரமன் காலத்தின் ஜெபமாலை உருட்டலுக்கு அஞ்சி திகிரியை நிறுத்தாமல், பாண்டங்களின் தரத்தை (குவாலிட்டி) பற்றிய அக்கறை இல்லாமல் கடனுக்கு வேலை கணக்குக்குப் பாண்டம் செய்யும் தொழிலாளி வகை ஒன்றைச் சேர்ந்தவன் என்பதுதான் ஆதாரம். அதோடு ‘கடமைக்கும் கலைக்கும் இடையே கல்சுவர் எழுப்பியதால்’ அழகாகச் செய்ய வேண்டும் என்ற சிரத்தையும் இல்லாதவன்.

தச்சனோ நேர்மாறாக, செய்வதைத் திருந்தச் செய்வதே வேலை. வயிற்றுக்காய் வேலை என்றால் நெஞ்சில் பிசாசுத் தலை ஆடும். ஒதுக்கமுடியாத உள்ளத்து உந்துதலால் வேலை செய்பவன். வேலையிலே வான் தோன்றும் என்ற நம்பிக்கை ஆதர்சம் கொண்டு காலத்தில் வால் ஆடாது. கடமை முடிந்ததும் கைக் கோல் அழகோடு காலார வருவேன் என்பவன். இரண்டு தொழிலாளிக்கும் இடையே மலைக்கும் மடுவுக்கும் உள்ள வித்தியாசம்! இன்னொரு வித்தியாசமும் கூட. தான் படைத்த மனித பாத்திரங்களால்

படைப்பு மர்மம் அறியாத மலட்டுக் கலைஞனா, வனப்புக்கடல் [அழகு அம்சம்] அறியாத வாவித் தவளையா என்று பரிசிக்கப்பட்டவன் பிரமா. ஆனால் தச்சனோ பொருளுக்கு அடிமையாகாமல் செய்வதை சுத்தமாகச் செய்வதில் மனதை கற்பூரமாக்கும் [மனதில் கரையவிடும்] கலைஞன். 'கைக்கோலுக்குத் தக்க மரத்தைத் தேர்ந்து எடுப்பதில் கடமைக்கும் கலைக்கும் கருணை நெகிழ்வு ஏது' என்று தாட்சணியம் இல்லாமல் மட்டமான மரங்களை ஒதுக்கிவிட்டு சிறந்ததைத் தேர்ந்தெடுப்பவன். அதோடு 'கையே கடவுளாய் சோலைகளாய்' வாழ்வின் திருவாக்க வெளி எங்கும் எழுதிவிடும் என்பவன். அதோடு கூலிக்கணக்கும் காலக்கணக்கும் படித்தவர் சொன்னாலும் பழுத்தவர்க்கு இல்லை என்றவன், இன்னும் வயிற்றுக்கு மிஞ்சிய விஷ்ணுவை [விஷ்ணுதான் காப்பாற்றும் தெய்வம்] காணாதார் போல இல்லாமல், நிகழும் நிமிஷத்தில் புணர்ந்து இன்பம் காணும். அதாவது, ஒவ்வொரு விநாடியையும் வீணாக்காமல் உபயோகிக்கிறவனும் கூட. மேலும் மனதில் ஒருமையுடன் கைக்கோலை இழைப்பதிலேயே இருந்தவன், லயத்தில் பணியாற்றியவன். அடிப்படையான விரோத உவமையாக இருவருக்கும் (கான்டிராஸ்ட்) காட்டப்பட்டிருக்கிறது.

மேலே அடுக்கப்பட்ட தகவல்களிலிருந்து தேவலோக பிரம்மாவின் படைப்புத் திறன். கடமை உணர்வுக்கும், மானிட தச்சனுக்கும் உள்ள வித்யாசத்தை பிச்சமூர்த்தி தன் கற்பனையில் உருவாக்கி இருக்கிறார். புதுவிதமான பார்வை. தேவனையும் மனிதனையும் ஒப்பிட்டு தேவனைக் குறைத்தும் மனிதனை உயர்த்தியும் ஒப்பிடுவது புராணக் கதை மரபுக்கு ஒவ்வாததாகப் படக்கூடும். படைப்பாளி இந்தச் சுதந்திரத்தை எடுத்துக்கொள்வது இயல்பு. புதுமைப்பித்தன் அகல்யை

விஷயத்துக்கு ஒரு புதிய திருப்பம் தந்தது போல. இதுவும் தவிரவும் புதுமைப்பித்தனும் (கடவுளும் கந்தசாமி பிள்ளையும்) ராமையாவும் [சிவசக்தி நிருத்யம்] தம் கதைகளில், கடவுளை பூலோகத்துக்குக் கொண்டு வந்தது போல பிச்சமூர்த்தியும் கடவுளை பூலோகத்துக்குக் கொண்டு வந்திருக்கிறார். தெய்வத்திடமிருந்து அவன் கொடுத்த மூளையைப் பயன்படுத்தி மனிதன் அறிவை வளர்த்திக்கொள்வதுதான் சிரமமானதாக இருக்க, தான் படைத்த மனிதனிடமிருந்தே தெய்வம் கற்றுக்கொள்ள வேண்டியிருக்கிற அனுபவம் கையாளப்பட்டிருக்கிறது. அதுதான் இந்தக் கவிதையின் விடம்பன (ஐரானிகல்) தொனிப்பு, பிச்சமூர்த்தி ஏன் ஒரு அதிமானிட (சூபர்ஹியூமன்) சக்தி உள்ளவனாகக் காட்ட வேண்டும் என்று கேட்டுக்கொள்ளத் தோன்றுகிறது. இங்கேதான் பிச்சமூர்த்தி இன்றைய மானிட ஜாதியின் அவல நிலையைப் பற்றிய சமுதாயப் பார்வை வெளிப்படுகிறது.

கடவுள், மனிதனுக்கு மூளையைக் கொடுத்திருக்கிறான். உலகம் தோன்றியது முதல் மனித அறிவை வைத்துதான் வாழ்க்கை நெறியாகக் கொண்டு வாழ்ந்து வந்திருக்கிறான் யுகம் யுகமாக. இப்போது கலியுகம் நடக்கிறது. மற்ற முந்திய மூன்று யுகங்களிலும் மனித வாழ்வு இருந்தவிதம் நமக்கு புராணபூர்வமாகத்தான் தெரியும். இந்த யுகத்தில் வரலாறு தெரிந்த காலத்திலிருந்துதான் நமக்கு மானுடம் தெரியும் பல தலைமுறைகளாக. ‘தலைமுறைக்குத் தலைமுறை மற்ற முந்திய மூன்று தலைமுறைகளிலிருந்து பிரித்து கலி முற்றி வருகிறது’ என்று சொல்லக் கேட்டிருக்கிறோம். கேட்டுக் கொண்டும் இருக்கிறோம். அதாவது மானிடம் விநாசத நிலையை நோக்கிப் போய்க்கொண்டே இருக்கிறதாகவும் கலி முற்றுகிறபோது பிரபஞ்சமே அழிந்துவிடும்

என்ற நம்பிக்கை அல்லது அவநம்பிக்கை வளர்ந்து வருகிறது. நமது உடனிகழ் கால அளவைக் கொண்டு பார்க்கிறபோது முந்திய நூற்றாண்டுகளைவிட இந்த நூற்றாண்டு மிக மோசமாகி வருவது தெளிவாகப் படுகிறது. சுதந்திரம் வருமுன் காலத்துக்கும் சுதந்திரம் வந்தபின் காலத்துக்கும் ஏற்பட்டு வரும் வேற்றுமை நிலை நமக்கு ஒரு அபாய எச்சரிக்கையாக இருப்பதை உணர்கிறோம்.

இந்நூற்றாண்டில் இரண்டு உலக மகாயுத்தங்களைப் பார்த்துவிட்டோம். மூன்றாவது யுத்த மேகமும் மிரட்டிக் கொண்டிருக்கிறது. எனவே மானிடம் பீதியிலேயே, பயந்து நாட்களைக் கழித்து வருகிறது. இந்த பயம் மானிட மனோபாவத்தையே மாற்றிவருகிறது. ஏற்கனவே நடந்த இரண்டாவது போரின் பயங்கரம், இன்றும் மானிட மனத்தில் நிழலாடிக்கொண்டிருக்கிறது. ஆகவே வாழ்க்கையே இப்படி இருக்கிறபோது இலக்கியமும் பாதிக்கப்படுகிறது. சென்ற ஐம்பது ஆண்டுகால உலக இலக்கியம் முக்கியமாக மேல்நாட்டு இலக்கியம் பலவிதப் பரிமாண அம்சப் படைப்புகளைக் கவிதை, கதை, நாவல், நாடகம் ஆகிய துறைகளில் சேர்த்திருக்கின்றன. நம்பிக்கை இன்மை, மனமுறிவு, அந்நியமாதல், வினாசம், ஆளுமை நெருக்கடி இத்யாதி மனோ படைப்புகள்தான் மலிந்து கிடக்கின்றன. இலக்கியத்தின் பயனே கேள்விக்குறியாக ஆகிவிட்டது. முன் தலைமுறை கட்டிக் காத்த மரபுகள், பண்புகள், கலாச்சார அம்சங்கள், நம்பிக்கைகள் மதிப்புகள் ஆட்டம் கண்டுவிட்டன. கடவுளிடமிருந்து மனிதன் வெகு தூரம் தள்ளி வந்து விட்டான். கவி கண்ணதாசன் தன் கவிதை ஒன்றில் ‘கடவுள் ஏன் கல்லானான்? மனித மனம் கல்லானதினாலே’ என்றபடி, இன்று கடவுள் விக்ரகமாக இல்லை வெறும் சிலையாகத் தன்

ஆரம்ப நிலைக்கே கீழிறங்கி விட்டதாகப் படுகிறது மானிடத்துக்கே. 'இன்றைக்கு இருப்பார் நாளைக்கு இருப்பாரோ என்று எண்ணவோ திடமிலையே' என்று நம் ஞானி பாடியபடி நித்தம் நித்தம் மனம் செத்துப் பிழைக்கிற நிலைதான். இன்றைய உலக, பாரதத்தின் தமிழ்நாட்டின் நிலையும் அப்படித்தான். பாரதி இந்த நூற்றாண்டின் ஆரம்பத்தில் பாடினான். 'நெஞ்சு பொறுக்குதில்லையே இந்த நிலைகெட்ட மனிதரை நினைந்துவிட்டால்' என்றான். அந்த நிலைதான் இன்றும் நமக்கு வேறுவிதமாக கவிகள் முக்காலத்துக்குப் பாடும் தீர்க்கதரிசிகள் என்பதை இது நிரூபிக்கிறது. பாரதி வழியில் ஆரம்பித்த கவிதானே பிச்சமூர்த்தியும். பாரதி அன்று தன் உடனிகழ் காலத்தை உணர்ந்தது போல பிச்சமூர்த்தியும் தன் தற்காலத்தை உணர்ந்தவராக அன்று பாரதி 'பாஞ்சலி சபதம்' காவியம் எழுதியது போல இன்று 'வழித்துணை' எழுதி இருக்கிறார். பாரதி அன்றைய பாரத சமுதாய உணர்ச்சி எழுப்பலுக்கு புராண காவியக்கதையை எடுத்துக்கொண்டது போல பிச்சமூர்த்தி ஒரு புராணக் கதை ஒன்றை ஆதாரமாகக் கொண்டு இன்றைய மானிட விழிப்புணர்வுக்கு குறுங்காவியம் படைத்திருக்கிறான். தன் உடனிகழ் காலப் பிரக்ஞையில் ஒரு புதிய பரிமாணம் சேர்க்கும் வகையாக 'வழித்துணை' அமைந்திருக்கிறது.

பிச்சமூர்த்தி கருவுக்கும் உருவுக்கும் இடைப்பட்ட சப்த தாதுக்களும் என்னுடையவை என்ற மாதிரி வாழ்வு நெறி உணர்த்தல், வாழ்க்கை மதிப்பு ஏற்றல் தரிசனப் பார்வை, தத்துவ தொனி, கதை நடப்பு, வர்ணனைப் பாங்கு, மொழி நடை, படிம நயம், உருவப் பாங்கு, தற்காலத்தன்மை, நம்பிக்கை உணரல், எதிர்கால லட்சியம், லோகாயத நிராகரிப்பு,

உழைப்பில் மனநாட்டம், காரியத்தில் கண், செயலும் சித்தமும் ஒன்றிய மனோபாவம், கடமை உணர்வு, பிரதிபலன் எதிர்பாராமை, செய்வதைத் திருந்தச் செய்தல், உழைப்பில் மனப்பூர்வம், கலை நயம், அழகு ரசனை, அதிகபட்சம் மனிதன் அடையக்கூடிய சாதனை, தெய்வ தத்துவத்தையும் அடைதல் முதலிய மானிட தர்மங்களை வலியுறுத்தி இருக்கின்றார். நட்ட கல்லும் பேசுமோ, நாதன் உள்ளிருக்கையில், என்ற சித்தர்களின் பார்வைப்படி கடவுளையே தனக்குள் மனதில் வைத்துக்கொண்டிருப்பவன் மானிடன். ஆனால் இன்று கடவுளைத் தனக்குள் இருந்து அகற்றிவிட்டான். அவனுக்குள் இருந்த வழித்துணை மெய்ப்பொருள் மறைந்துவிட்டது. அதன் விளைவாகத் தறிகெட்டு, நிலைதவறி தவறான பாதைகளில் தாறுமாறாக நடந்துகொள்ள ஆரம்பித்துவிட்டான். இது உறுத்தியதில்தான் மனிதன் தனக்குள் உள்ள லட்சிய சக்தியை உணர இயலவில்லை. இன்று ஒருவன் உணர முற்பட்டால் இறைவனையே வென்றுவிடலாம் என்ற உணர்தலைத்தான் பிச்சமூர்த்தி இந்தக் காவியம் மூலம் வெளிப்படுத்தி இருக்கிறார்.

பாரத யுத்தத்தின்போது சகாதேவன் கிருஷ்ணனையே தன் மனத்தால் கட்டிவிட்டான். அதேபோல மானிடத் தச்சன் கடமையாலும் உழைப்பாலும் பிரமனையே வீழ்த்திவிட்டான். யானைக்கு தன் பலம் தெரியாது என்பது போல, மனிதன் தன் சாதனையைச் செய்ய உணர வேண்டும் என்பதுக்குத்தான் இந்தத் தச்சன் உருவகம். ‘வழித்துணையில்’ இங்கே சத்யம், சிவம், சுந்தரம் ஆகிய மூன்றின் ஒன்றிப்பும் இழைந்த ஒரு மூர்த்திகரம் தச்சன். மேற்கத்திய இலக்கியக் கொள்கையில் உண்மை, அழகு என்று இரண்டையும்

சமப்படுத்திய ஒரு பார்வையைக் கொண்டிருக்கிறார்கள். நம் இலக்கியத் தத்துவக் கொள்கையில், சக்தி (பவர்)யும் சேர்ந்திருப்பது, படைப்புகள் இந்த மூன்று தன்மைகளையும் உள்ளடக்கியதாக இருக்க வேண்டும். என்றைக்கும் நிரந்தரமாக இருக்கக்கூடிய பேருண்மைகளையும் பேரனுபவங்களையும் வெளிப்படுத்துவதன் இலக்கியப் படைப்பிலிருந்து கிடைக்கக்கூடிய பயன். இது பரரீதியான பார்வை என்று தள்ளிவிடக் கூடியதல்ல. இகரீதியாக மானிட சாதனையிலிருந்தும் விளையக்கூடும் என்பதை ஓர் உழைப்பாளியின் தச்சன் மூலம் நிரூபித்திருக்கிறார். அகிம்சை, சத்தியம் இரண்டையும் ரிஷிகள் மட்டுமல்ல; மனிதனும் கடைப்பிடித்து, சமூக, சமுதாயத் தனிமனித துறைகள் சாமான்ய மனிதனும் ஒரு சத்யாகிரகியாக ஆகமுடியும் என்பதை மகாத்மா காந்தி தானும் கடைப்பிடித்து மற்றவர்களுக்கும் கடைப்பிடிக்க வைத்த மகத்தான சாதனையை நாம் கண்கண்ட அதிசய நிகழ்கால நடப்பு. அந்த எல்லை எட்டிய பாரதம், பாரதி கூறியபடி ‘புவிமிசை இன்று மனிதர் கெல்லாம் தலைப்படு மனிதன். தர்மமே உருவான காந்தியை அரசியல் நெறியிலே தலைவனாகக் கொண்டு புவிமிசை தருமமே அரசியல் தனிலும் வெற்றி தரும்’ என, வேதம் பேண முற்பட்டு நின்றார். பாரதமக்கள், என்றும் மெய்ஞானத் துணைவினை, கொலை, தண்டம், பின்னியே கிடக்கும் அரசியல் அதனில் பிணைத்திட துணிந்தனை என்றும் ‘அகிம்சை சாத்தியம்’ இரண்டையும் வைத்து பாரத மானிடத்தையே உலகுக்கு உயர்த்திப் பிடித்த நெறிவழியை உதறிவிட்டு, பாரதம் தடுமாறுகிறதை உணர்த்தி அவன் மீண்டும் தான் வழித்துணையின்றி, தவறி நடப்பதிலிருந்து ‘மீட்சி பெற உணர்த்துவதுதான் வழித்துணை கவிவாக்கு.

‘வழித்துணை’ பாரதத்துக்காக மட்டும், தனி மனிதனுக்கு மட்டும் இல்லை. பிரபஞ்சத்துக்காக (யூனிவர்சல்) மனிதன் கர்மமே (கடமை, வேலை) கண்ணாக வாழ்ந்து, இயற்கை நெறியைக் கடைப்பிடித்து உள்ளுணர்வு காட்டும் வழியில் நடந்தால் கையே கடவுளாய் சோலைகளாய் ஆலைகளாய் வாழ்வின் திருவாக்கை ‘வெளி’ எங்கும் எழுதிவிடும் வேலையிலே வான் தோன்றும். காலத்தின் வாலாடாது என்றபடி தச்சன் தன் கையைக் கொண்டே தெய்வத்வம் அடைந்த சித்திநிலை எய்தியவன். இதே கருத்தை வேறுவிதமாகக் காட்டுவாத்து கவிதையில் காண்கிறோம். ‘தண்ணீர் கொட்டின தயவால் வெள்ளமும் கடலாக ஆகுமானால், நிகழும் நிமிஷத்துள் நிலைத்துள்ள அண்டத்தைத் தொடரும் விநாடியில் துயிலும் சாத்தியத்தை, வாழ்வை, மூடிக்கிடக்கும் காலத்தொடர்வை காலாதீதத்தை, வாய்மை’யைக் கடைப்பிடிக்க வேண்டும் என்பது உணர்த்தல், இதை நிராகரித்து மானுடன் நடப்பதால் ஊஞ்சல் போல் முன்னும், பின்னும் ஆடி அசைந்து மனிதன் வாழ்வு நெறியைத் தவறவிட்டான். சென்ற பெருமையும் வழக்கொழிந்த பண்பாடும் இன்றைய வாழ்வுக்கு வந்து வழிகாட்டாது மண்வெட்டி கொண்டு பழசையே குழிதோண்டிப் பார்க்க முயன்றால் புமுதி எழுந்து தாக்கப் பந்தல் எழும். இனி, மொழி, தேதிச்சுருக்கு நிகழ் நிமிஷ பரியின் கழுத்தில் சூழ்ந்து கொண்டு இறுக்கிக் கொல்லும்... என்று விளையக்கூடிய விபரீதத்தைச் சுட்டி எச்சரிக்கிறார் கவி நமக்கு. ஏன் மானிடத்துக்கே சுட்டிக்காட்டுகிறார். அதோடு ‘இயல்புணர்வைக் கண்டபின்னும் ஒளியைக் காணாயோ உயிரின் பெருமியக்கியல் ஒளிந்து அசையும் உன் விசையை உணர்ந்து வணங்கி காட்டுவாத்தாகி, சிறகை விரி, வாழ்வும் வேடந்தாங்கலாகும்’ என்று

முடிக்கிறார். காட்டுவாத்து கவிதையின் எக்ஸ்டன்ஷன், மேல் விரிவாக்கம்தான் வழித்துணை. காட்டுவாத்து ஒரு பிரதம அம்ச எல்லை வரம்பு கொண்ட அனுபவ வெளியீடு என்றால் வழித்துணை ஒரு முழுமொத்தமான அனுபவப் பார்வையானது. மானிடம் சம்பந்தப்பட்ட பேரனுபவம், பேருண்மையைப் பற்றியது. இதனால்தான் வழித்துணை ஒரு பேரிலக்கிய அந்தஸ்தைப் பெறுகிறது. இதை எழுதிய கவியும் மாகவிஞன் என்ற சாதனைக்கு உரியவராக ஆகிறார்.

பிச்சமூர்த்தி வேதாந்தகவி அல்ல. கவி வேதாந்தி. வேதாந்த கவிக்கு தத்துவம் முக்கியம். கதை அதற்குச் சாக்கு கவி வேதாந்திக்கு கவிதை முக்கியம். தத்துவம் கதைக்குள் நிழலாடும். பிச்சமூர்த்தி தரிசனப் பார்வை (விஷன்) கொண்டவர். ஆனால் மனக் கற்பிதமான மனிதத்துவம் எட்டாத உயர்ந்து, (விஷனரி) லட்சியமானதும் அல்ல. மனிதனுக்குச் சாத்யமான அளவுக்கு அவன் வாழ்க்கை நெறிக்கு உதவும் வகையில் அனுஷ்டிக்கக் கூடியதான (பிராக்டிக்ஸ்) காரிய சாதகமானதாகவும் இருக்கக் கூடியது (பிரக்மேடிக்).

இந்த இடத்தில் ஒரு ஒப்பீடு பொருத்தமாக இருக்கும். இந்த நூற்றாண்டில் இரண்டு மகாயுத்தங்கள் ஒன்று (1914-19) இரண்டாவது (1939-45) நடந்து இருக்கின்றன. ஐரோப்பிய கண்டத்தை முதன்மைக் களமாகக் கொண்டு ஆரம்பமாகி உலக திசைகளுக்கும் பரவி கணிக்க இயலாத பயங்கர விநாசத்தை விளைவித்தன. இதனால் பாதிக்கப்பட்ட தேசங்களின் பரம்பரை நிலைமை சீர்குலைந்து பட்ட கஷ்டத்தில் மனோபாவ மாறுதல் கூட ஏற்பட்டுவிட்டது. முதல் யுத்தத்திற்குப் பிறகு ஐரோப்பிய இலக்கியப் பார்வையில் ஒரு திருப்பம் ஏற்பட்டது. இந்த நெருக்கடி நிலைமையின்

விளைவாக இங்கிலாந்து கவிதைத் துறையில் ஒரு புதிய அவநம்பிக்கை தொனி தலையெடுத்தது. பிரிட்டிஷ் கவியான டி. எஸ். இலியட் பாழ்நிலம் (வேஸ்ட்லாண்டு) என்ற ஒரு குறுங்காவியத்தை எழுபது ஆண்டுகளுக்கு முன் (1920) எழுதினார். நானூற்று முப்பத்தி மூன்று வரிகள் கொண்டது. இதைப்பற்றி ஒரு விமர்சகர் 'சுருக்கமாகச் சொல்வதானால் தற்கால அவலநிலை (பிரடிக்க மெண்ட்) பற்றிய மனக் கசிவை மனம்விட்டுச் சொல்வதுடன் தன் உடனிகழ் காலத்து பிரக்ஞை உணர்வுடன் ஒருவரால் தரப்படும் அனுபவத்தை இங்கே பார்க்கிறோம் என்றார். இந்த இருபதாம் நூற்றாண்டின் தலைசிறந்த குறுங்காவியம் (கிளாசிக்ஸ்) என்று ஏகோபித்துக் கருதப்பட்டதுடன் இந்தக் கவிதைக்காக அவருக்கு உலகப் பரிசான 'நோபல் பரிசு' தரப்பட்டது. அந்தப் பெருமையை விட நான் கருதுவது இந்த நூற்றாண்டின் புதுக்கவிதை இயக்கத்தின் விளைவாகப் பிறந்த முதல் புதுக்கவிதைக் காவியம் என்பதுதான். இந்த நூற்றாண்டின் முதல் பத்து வருஷ காலத்தில் படிம இயக்கம் (இமேஜிஸ்ட் மூவ்மெண்ட்) அதைத் தொடர்ந்த 'சுயேச்சா கவிதை' (ப்ரீவெர்ஸ்) இயக்கமும். அது புதுக்கவிதைத் துறையாக (நியூபொயட்ரி) ஒரு புதிய கவிதை உருவகபாணியும் (ஷானர்) தோன்றி ஒரு புதிய பரிமாணம் சேர்ந்தது. அந்தக் கவிதையைத்தான் இங்கே ஒப்பீட்டுக்கு எடுத்துக் கொள்கிறேன். முதலில் அதன் ஆரம்ப வரிகளைப் பொருள் கெடாமல், வரிவரியாக மொழிபெயர்த்துத் தருகிறேன்.

ஏப்ரல் மிகக் குரூரமாதம்;
வில்லக் பூச்செடி வளர்ந்த நிலத்தில்,
நினைவும் விருப்பமும் இணைந்து இழைய,
உலர்ந்த வேர்களை வசந்த மழை கீறிவிட்ட
மாரி எம்மை வெம்மைப் படுத்த

பராக்கு பனியில் புவியைப் போர்த்த
உலர்ந்த கிழங்குகளால் ஏதோ உயிருக்கு
உணர்வூட்ட
கோடை எம்மை வியப்பில் ஆழ்த்தியது.
'ஸ்டார்ன்பெர்கஸி' மீது மழை பொழிய
தூண்களின் அணிவரிசையில் தங்கி
நிற்றிருந்தோம்.
சூரிய ஒளியில் ஹாப்கார்ட்டனுக்குச்
சென்றோம்.
காபி குடித்து ஒரு மணி நேரம் பேசினோம்.
....
நாங்கள் குழந்தைகளாக ஆஸ்டிரிய
இளவரசன் வீட்டில்
என்பந்துவுடன் தங்கி இருக்கையில்
அவன் என்னை பனிவண்டியில் அழைத்துச்
சென்றான்
நான் பயந்துபோய் விட்டேன். அவன்
சொன்னான். மேரி
மேரி இறுக்கிப் பிடித்துக்கொள் என்று.
இருவரும் பள்ளத்தில் இறங்கினோம்
மலைகள் உள்ள இடத்தில்
அங்கே சுயேச்சையை உணர்வீர்கள்
இரவில் பெரும்பாலும் நான் படித்தேன்
மாரியில் தெற்கே சென்றேன்.
பற்றிக்கொள்ள இவை என்ன வேர்கள்?
இந்தக் கல்பாறை சிதிலத்திலிருந்து
முளைத்தெழும் என்ன கிளைகள்?
மானுடமகனே - உன்னால் யூகிக்கவும்
சொல்லவும்
முடியாது.
உனக்குத் தெரிய வருவதெல்லாம் நொறுங்கிய

படிமங்கள்,
கதிரவன் இங்கே கொளுத்துகிறான்,
பட்ட மரங்கள் நிழல் தராது, சில் வண்டுகள்
பரிகாரம் தராது
ஈரப்பசையற்ற பாறைமேல் நீரோட்ட ஒலி
கிளம்பாது.
இந்தச் செம்பாறை நிழலுக்கு வாயேன்
இவை இரண்டுக்கும் மாறாக ஏதொன்றை
உனக்குக் காட்டுவேன்.
காலையில் உன் நிழல் உன்பின் தொடரும்
அங்கே
மாலையில் உன் நிழல் உன் முன் எழுந்து
சந்திக்கும்
உன் கைநிறைய புழுதியில் பயம் உனக்குக்
காட்டுவேன்!
அடுத்து கவிதையின் முடிவு வரிகள்:
'கங்கை அடி ஆழத்துக்கு வற்றிவிட்டது
வாடும் இலைகள் மழைக்கு ஏங்கின
கருமேகங்கள் இமாசலத்தின் மீது
தொலை தூரத்தில் திரண்டு கிடந்தன.
மவுனத்தில் கூனி தலை தாழக் குனிந்த
காடுகள்
இடி அங்கு ஒலித்தது; அப்போது
: தா
: தத்தா
என்ன அளித்திருக்கிறோம் நாம்!
என் நண்ப, உதிரம் குலுக்குகிறது என்
இதயத்தை
ஒரு கண சரணாகதியின் திகிலூட்டும்
துணிச்சல்
இதை விவேகத் தலைமுறை ஒருபோதும்

பரிகரிக்க இயலாது.
இதனால், இதனால் மட்டும்
வாழ்ந்திருக்கிறோம் நாம்
நம் மரணக் குறிப்பாலும் காணக்
கிடைக்காது
அல்லது தயாளச் சிலந்தியால் போர்த்திய
பழைய நினைவுகளிலோ
அல்லது நம் வெறுமை அறைகளில்
அந்த ஒல்லிய வக்கீலாலும் உடைக்கப்படாத
கீல்களுக்கு அடியிலோ காணப்படாததும்
ஆடும்
:தா
:தம்யதா
சாவி ஒன்று ஒரு தடவை கதவில் சுழல்வதை
ஒரேயொரு தடவை நான் கேட்டிருக்கிறேன்
சாவியைப்பற்றியே நினைக்கிறோம் நாம்
ஒவ்வொருவரும் தன் சிறையில்
சாவியையே நினைத்து சிறையை
ஊர்ஜிதப்படுத்தி
இரவு விடிவுநாள் காற்றுவாக்கில் வதந்திகள்
ஒரு கணத்துக்கு நிலைகுலைந்த
'கொரியனஙஸை' நினைவூட்டுவன
:தா
:தம்யதா
படகு பதில் அளித்தது குஷாலாக
நிபுணக் கரங்களுக்கு பாய்மரமும் துருப்பும்
தந்து
கடல் அமைதி இருந்தது. உன் இதயமும்
பரிவு கை
கொடுத்திருக்குமே, வேண்டி அழைத்துக்
கேட்கப்பட்டிருந்தால்

தற்கட்டுப்பாட்டுக் கரங்களுக்குக் கீழ்ப்படிந்து
கரை மீது அமர்ந்திருந்தேன் மீன்
பிடித்துக்கொண்டு
எனக்குப் பின்னால், உயர்ந்து வறண்ட
சமவெளி
என் நிலங்களையாவது நான்
சீர்படுத்துவேனா
இலண்டன் பாலம் விழுந்து
கொண்டிருக்கிறது கீழே
விழுந்து கொண்டு, விழுந்து கொண்டு
[பின் வந்த மூன்று அடிகள் பிரஞ்சு
மொழியில் மேற்கோள்)
என் சிதிலங்களுக்குத் தப்பி நான்
கரைசேர்த்த இந்தத் துண்டுகள்
ஏன் பொருத்தவில்லையோ உனக்கு
:தத்தா :தயவதம்: தம்யதா
சாந்தி சாந்தி சாந்தி,

இந்தக் காவியத்தின் ஆரம்பம் முடிவு பகுதிகளையும் வழித்துணை காவியத்தின் ஆரம்பம் முடிவு வரிகளையும் வாசகர் ஒப்பிட்டுப் பார்த்து இரண்டின் தொனிகளுக்கும் உள்ள வித்யாசத்தை உணர முடியும் என்று நம்புகிறேன். பாழ்நிலம் கவிதை ஒரு வறண்ட இயற்கையின் விளைவு. உருவகப்படுத்தி விபரீதமான சூழலை உணர்த்துகிறது. ஆரம்பம் முடிகிறபோது வெறுமை உணர்வான மனப்புழுங்கல் முணுமுணுப்பு கேட்கிறது. என் நிலங்களையாவது நான் காப்பாற்றுவேனா என்று கேட்டுக்கொள்கிற குரல் உலகத்தின் சீர்கேடான நிலைமையைச் சரிப்படுத்த முடியுமா என்ற சமுச்சயம் கேள்வியாக அவநம்பிக்கை தொனிப்பு உள்ளர்த்தமாக இருக்கிறது. கலாச்சார சீரழிவை உணர்ந்து ‘நாம் எதையும் அளிக்கவில்லை, விவேகம் இன்மையால்

நம்மை ஒப்படைப்பு செய்துகொள்ளவில்லை. நம்மை நாமே வாழ்க்கையில் பூட்டிவைத்துக்கொண்டு கையில் சாவியை வைத்துக்கொண்டு விடுதலைக்கு சாவியைத் தேடுபவனாக இருக்கிறோம். மனித இதயம் தற்கட்டுப்பாட்டைக் கடைப்பிடிக்கத் தவறிவிட்டது. இழந்து போனவை போக இனியாவது மீந்திருப்பவையாவது சீர்படுத்திக் கொள்ள முயலுவோமோ என்ற ஏக்கக் குரலைக் கேட்கிறோம். இறுதியில் 'தயா தத்தா, தயம்வதா என்று நம் வேத தத்துவ மதிப்புகளைக் குறிப்பிட்டு சாந்திக்கு அவை அவசியம் என்பதை உணர்த்துகிறது. கவிதை முழுவதும் நம்பிக்கை வறட்சி, மனமுறிவு, ஆளுமை நெருக்கடி, அன்னியமாதல் ஆகிய மனோபாவங்களை வெளிப்படுத்துவதாக இருக்கிறது. வேறு வழி தெரியாமல் நம் உபநிஷத் தத்துவத்தில் மனிஷத்தத்துவத்தில் தஞ்சம் அடைகிறது. 'எதைத் தின்றால் பித்தம் தெளியும்' என்ற பழமொழிப் பாங்காக மற்றதெல்லாம் காப்பாற்றவில்லை. இதாவது தெளிவிக்குமா என்ற தவிப்புக் குரலாக இருக்கிறது. ஆனால் இவற்றை எப்படிக் கடைப்பிடித்து சாதிப்பது என்று வழிகாட்டும் சூசனைக்குறிப்பு இல்லை. முறை உணர்த்தும் பாவமும் இல்லை.

'வழித்துணையின்' ஆரம்பம் முடிவு இரண்டையும் வைத்துப் பார்த்தால் அதுவும் மானிடச் சீரழிவு நிலையைத்தான் கவிப்பொருளாகக் கொண்டு ஆரம்பிக்கிறது. கடமையையும் அழகை வாழ்வு நெறியினையையும் கடைப்பிடிக்காமல், மானிடம் சீரழிவதை சூசனையாகக் குறிப்பிடுகிறது. ஏற்கனவே விவரமாக வழித்துணையின் தத்துவ மதிப்பைத் தெளிவாக விளக்கிவிட்டேன். திரும்பச் சொல்ல வேண்டிய அவசியம் இல்லை. தற்போதைய மனப்பான்மையைச் சித்தரித்துவிட்டு இந்த

அவலத்திலிருந்து மனிதம் மீட்சி பெற முடியும் என்ற நம்பிக்கைக்குரல் கொண்டது. கடமையையும், வாழ்வு நெறியையும், சரிவரக் கடைப்பிடித்தால் மனிதன் மீட்சையைத் திரும்பப் பெற முடியும் என்று பிரமனை வென்று தச்சன் மூலம் காலத்தை வென்று தொழிலாளி மூலம், இளமையை நிரந்தரமாக ஆக்கிய கடமை உணர்வுள்ள ஒரு உழைப்பாளி மூலம் திருஷ்ட்டாந்தம் காட்டி நிரூபித்திருக்கிறது. பிச்சமூர்த்தி, ஆன்மீக நம்பிக்கைக் கவி. அவர் ஏங்கவில்லை. மனித சாத்யத்துக்கு வழி உணர்த்துகிறார். நமது தத்துவ கலாசார பழமை மதிப்பின் உயர் தரத்தை எடுத்துக்காட்டி, மனிதனுக்கு வழி உணர்த்துகிறார். இந்த இரண்டு காவியங்களுக்கும் உள்ள அடிப்படை வித்யாசம் இதுதான். 'தயா, தத்தா, தயம்வதம் தம்யதா' என்ற இந்து மத வேதாந்தத் தத்துவம், நம் ரத்தத்தில் ஓடுவது. நாமும் தற்போதைக்கு அவற்றை இழந்து கொண்டுதான் இருக்கிறோம். உண்மை கசக்கத்தான் செய்யும். கவிகள் தீர்க்கதரிசனமாக இந்த நிலைகள் அபாய விளைவுகளை எச்சரிப்பவர்கள். பாழ்நிலம் இருபதாம் நூற்றாண்டுக்கு 'மாடர்ன் மாகாவியம் கிளாசிக்' என்றால் வழித்துணையும் அதற்குச் சமமான இந்நூற்றாண்டு மாகாவியம்தான். இலியட் பார்வை மேல்நாட்டு மதத் தத்துவப் பார்வையானது. பிச்சமூர்த்தியின் பார்வை கீழைநாட்டு இந்திய வேத மார்க்கப் பார்வையானது.

2. கலைமதிப்பு: ஓர் இலக்கியப் படைப்புக்குத் தத்துவ மதிப்பை அடுத்து கலை மதிப்பு முக்கியமானது. கலை என்பதுக்கு விளக்கம் அழகிய பொருள்களைத் தயாரிப்பதில் நெஞ்சறிந்து தன் திறன், ருசி, ரசனை, கற்பனை இவற்றைப் பயன்படுத்தி அழகான உருவங்களை

உருவாக்குவது. ஐம்புலனுக்கும் இன்பம் தருவது. கண் (காட்சி) காது (இசை) மூக்கு (வாசனை) வாய் (ருசி) மெய் (ஸ்பரிசம்) சம்பந்தமான இன்ப உணர்வுகளைத் தருவது. இவற்றிற்கான கலைப்பிரிவுகளை இலக்கியம், இசை, ஓவியம், நாட்டியம், சிற்பம் ஆகியவை. இவை அழகும், இனிமையும் கலந்தவை. இலக்கியத்தில் கவிதை, நாவல், சிறுகதை, நாடகம் ஆகிய பிரிவுகள் மனதுக்கு இன்பம் தருபவை. எனவே கலைக்கும் அழகுக்கும் இசைவு பொருத்தம் உண்டு. கலை அழகியல் அடிப்படை கொண்டது. எனவே இலக்கியமும் கூட இலக்கியத்தில் முதன்மைப் பிரிவான கவிதைக்குப் பயனாகும் முதன்மை அழகு அம்சம் அதன் உருவம், உருவம் தூலப் பொருள், சூக்குமப் பொருளைத் தூல உருவில் வெளிக்காட்டுவது இலக்கிய உருவம். உருவம் அழகாக, கலைப் பாங்காக அமைய, வர்ணனை, மொழிநடை, படிமம், சொல்லாட்சி, உத்தி; குறியீட்டுத் தன்மை ஆகியவை உதவும் அம்சங்கள். இவை யாவும் சேர்ந்து ஒன்றாவதுதான் கலை மதிப்பு என்பது.

கவிதைகள் இரண்டுவிதம் ‘அறிவு’ நீதிபோதனை கவிதை (டைடாடிக்) கற்பனை வர்ணனை கவிதை (நேராட்டிவ்) என்று. முன்னதில் கற்பனைக்கு இடம் இல்லை. மெய்ம்மைத் தகவலைத் தருவது. அதாவது தத்துவங்களை, கருத்துகளைத் தெளிவாக நேரடியாகச் சொல்வது. வர்ணனைக் கவிதை கதை சொல்லும் பாங்காக அலங்காரப்படுத்தி ரசமாகச் சொல்வது. இதில் கற்பனா பாவமும் ஏறி இருக்கும் பிச்சமூர்த்தி வேதாந்த கருத்தைக் கையாளுவதால் அவர்டைடாக்டிக் என்று சொல்லலாமா? கதைகளையும் சம்பவங்களையும் வைத்துப் படிமப்பாங்காகக் கருத்துகளை சூசனையாகக் குறிப்பிடுவதால் நேரடிவ் கவி என்று சொல்லலாமா?

என்று கேள்வி எழுகிறது. இந்தப் பிரிவினை முன் மேல்நாட்டில் தனிப்பிரிவுகளாக இருந்தது. இப்போது மாறிமாறி பழைய விளக்கங்கள் மறைந்துபோய் விட்டன. இரண்டு அம்சங்களையும் இணைத்து உருவகப்பாங்காகவும், உவமைப் பாங்காகவும் கவிகள் எழுதும் மரபு ஏற்பட்டுவிட்டது. எனவே பிச்சமூர்த்தி இரண்டையும் இணைத்து ஒன்றாக்கிய குறியீட்டுக்கவி (சிம்பாலிக் பொயட்) என்று சொல்லலாம். இந்தக் குறியீட்டுக் கவிதை பாணியை முதலில் கையாண்டவர்கள் பிரஞ்சு தேசக் கவிகளான பாடிலயரும் அவரைப் பின்பற்றியவர்களும். பிச்சமூர்த்தி அந்தப் பாணி மரபுக்கவி. பிச்சமூர்த்தி கவிதைகளில் குறியீட்டுத் தன்மை பற்றி, ஆராய்கையில் குறிப்பிட்டிருக்கிறேன். இங்கே எனவே விளக்கத் தேவையில்லை. இந்தக் கவிதை பாணியில் அசட்டுணர்ச்சி, (சென்ட்டிமெண்டல்) சொற் சாதுர்யம் (ரெடாரிக்) வெறும் கதை சொல்லல். நேரிடையான அப்பட்ட கருத்து வெளிப்பாடு. தகவல் அடுக்குதல், பொது சமூக, சமுதாய விவகாரங்கள், அதீத நீதி போதனை ஒழுக்கம் வலியுறுத்தல் இத்யாதி விஷயம் கிடையாது.

எதுவும் சூசனை உணர்த்தலாக, நிழல் மறை பொருளாகத் தொனிக்கலாம். இந்தக் கவிதை, உணர்வை அடிப்படையாக (சென்சிபிலிட்டி) கொண்டது. இந்தக் கவிதைகளின் தனி விசேடம் குறியீடுகளால் (சிம்பல்) இரண்டு வித, இரண்டு தரத்து, இரண்டு மட்டத்து நிலைகளில் கவிக்கருத்துகளை ஒப்புநிலையில், ஒன்றைச் சொல்லி இரண்டாவது மேம்படுத்த கருத்தை வெளிப்படுத்துவதாகும்.

தன் முதல் கவிதையிலிருந்தே இந்தத் தனி உத்திவழியான கவிதைப் பாணியை முதன்மையாகப் பெரும்பாலும்

பின்பற்றி இருக்கிறார் பிச்சமூர்த்தி. எனவே இந்தப் பாணிக்குத் தேவையான மூலப்பொருளான படிம அம்சம் அவர் கவிதைகளில் கொட்டி அளக்கும் அளவுக்கு ஏராளமாகக் கவிதை தவறாமல் காண்கின்றன. இதுவரை தமிழ்க் கவிதை உருவம் கண்டிராத புதுவிதப் பரிமாணமாக ஏற்றி இருக்கின்றன. இரட்டை அர்த்த விகடாலங்கார 'சிலேடை' கவிதைகள் நமக்கு மரபில் நிறைய இருக்கின்றன. (உதாரணம் கவி காளமேகம்) அவை குறியீட்டுக் கவிதைகள் ஆகாது. சிலேடை வேறு, குறியீடு வேறு. இரட்டை அர்த்தம் என்ற அளவு ஒன்றில்தான் ஒற்றுமை. மற்ற அம்சங்களில் சம்பந்தமே இல்லை. பிச்சமூர்த்தி கவிதைகளில், கலைமதிப்பு இதில் எடுப்பாக இருக்கிறது. கவிதையின் உருவமே புதுவிதமானது. பாரதியிலிருந்து கூட வேறுபட்ட புது உருவங்களை இவர் கவிதைகளில் காண்கிறோம்.

கவிதையில் உருவம் என்பது எந்தவிதமாக நிர்ணயிக்கப்படக்கூடியது என்பதை இலேசாகத் தெரிந்துகொள்ளவேண்டும். கவிதை பற்றி விஷயம், அமைப்பு என்று இரண்டு அம்சங்கள் உண்டு. எந்தத் தூலப் பொருளையும் அதாவது கண்ணால் பார்க்கக்கூடிய ஜடப்பொருள்களை உள்ளடக்க ஒரு பாண்டம் வேண்டும். அதேபோல் கண்ணுக்குப் புலப்படாமல் மனதுக்குப் புலப்படக்கூடிய கருப்பொருள்களை உள்ளடக்க ஒரு சாதனம். அதாவது ஓர் அமைப்பு, கவிதை 'வடிவம்'. வடிவம் என்றால் அழகு அம்சம். அதோடு பொருந்துவதாகும். மனிதனுக்கு அகத்தழகு முகத்தழகு என்று உண்டு. அகத்தழகு குணம் முகத்தழகு தோற்றம். அதேபோல கவிதைக்கு அகத்தழகு சத்யம் பொருள்; முகத்தழகு கவிதை அமைப்பு. வடிவம். இந்த வடிவம் எப்படி அமைக்கப்படுகிறது.

வார்த்தை, வரி பத்தி, அமைப்பாக மொழியைக் கையாண்டு ஒருவித யாப்பு இலக்கணத்தைக் கொண்டு கற்பனையில் பொருள் நயம் படிம நயம். அணி அலங்காரம் இவற்றின் இழைவாக உருவாக்குவது. அது உரைநடையிலிருந்து மாறுபட்ட ஒரு ஒலிப்புத் தன்மை கொண்டு ஒரு பாணியாக அமைவது சொற்களைக் கையாளுவதில் ஒரு தேர்ச்சித்திறன் சொற்றொடர்களை இணைப்பதில் சாதுர்யம் காட்டுவது. இறுக்கமான அங்கக் கட்டு ஒன்றிப்பு குறியீட்டு பிரயோகம் உவமை, உருவக அணிப் பிரயோகம் ஆகிய அம்சங்கள் அதில் இழைந்திருக்கும். இவை சேர்ந்து மொத்தமான ஒரு தோற்றம் கொண்டு ஒலிநய தொனிப்பாகவும் கவிதைப் பொருள் தொனிப்பாகவும் ஓர் அனுபவமாக வெளிப்பாடுகொள்வதுதான் கவிதை உருவம். உருவமும் விஷயமும் கலவையான [சிந்தஸிஸ்] கவிதைப் படைப்பு அதன் உள்ளழகு பொருள், வெளியழகு அமைப்பு.

உருவம் அமைய கையாளப்படுவது உத்திகள் (டெக்னிக்) அதாவது விவரணங்களைப் (டீடெயல்] பயன்படுத்தி அவற்றை இடத்துக்கும் சந்தர்ப்பத்துக்கும் ஏற்ப ஒழுங்குபடுத்தி இணைத்து நாம் எந்த விதமாக அந்தப் பொருளை உணர்த்த விரும்புகிறோமோ அந்த உத்தேசம் நிறைபொருளின் குணம், வீரியம் தொடுத்தல் ஆகிய உணர்த்தலுக்கு தக்கபடி சொற்கள் முதல் வரிகளாக நானாவிதமாக அமைத்தல், கலைநயம் ஏற உதவுவது. இந்தவிதமான உத்திகள்தான் பிச்சமூர்த்தி சொற்களை அமைப்பதிலும் வரிகளை அமைப்பதிலும் கவிதைக் கதைப் பின்னலைப் பின்னுவதில் பலவித உத்திகளைக் கையாண்டிருக்கிறார். வழித்துணையில் முதலில் பிரம்மலோகக் காட்சி. பிரம்மனுக்கும் அவனது படைப்புகளுக்கும் ஏற்படும் மோதல் களமாக வைத்துக்

கதை அஸ்திவாரம். இரண்டாவது பகுதியில் காட்சி மாற்றமாக பூலோக குமரபுரத்தில் ஒரு தச்சன் தனக்கு பயன்படுத்துவதுக்கு குமரபுரத்துக் காட்டுக்கு வந்து ஒரு கைக்கோல் தயாரிக்க முற்படும் காட்சியைக் காட்டி பூமிக்கு வந்த பிரமன் அதைக் கவனிக்கிறான். மூன்றாம் பகுதியில் குமரபுரத்தார்கள் காட்டுக்கு வந்து தன் வேலையில் முனைந்திருக்கும் தச்சன் மனதைத் திருப்பச் செய்யும் முயற்சிகளும் அவன் அவற்றை அலட்சியம் செய்து தான் கைக்கோலைச் செய்து கொண்டு தன் கடமை தீர்ந்த பின் வருவதாகச் சொல்லுவதை பிரமன் கேட்கிறான். நான்காவது பகுதியில் பிரமன் தன் உலகத்தில் இருந்து படைப்பில் ஈடுபட்டிருந்தது. தச்சன் வேலை பற்றிச் சிந்திக்கிறான். காலம் கடந்து போகிறது.

அடுத்த ஐந்தாவது பகுதியில் குமரபுரத்தார்கள் காலமாகிப் போவதும் தச்சன் மட்டும் அங்கேயே பணியில் ஈடுபட்டு காலத்துக்குக் கட்டுப்படாமல் இருப்பதும் காட்டப்படுகிறது. ஆறாம் பகுதியில் தனக்குள் எழுந்த மனக் குறுகுறுப்பால் பிரமன் பூமிக்கு வந்து தச்சன் தன்னையும் மறந்த உழைப்பில் ஈடுபட்டு இளமை குன்றாமல் இருப்பதைப் பார்த்து வியக்கிறான். ஏழாம் பகுதியில் காலம் இன்னும் வெகுதூரம் கடந்து விட்டது. காலம் உணர்த்தப்படுகிறது. தச்சன் வேலை முடியவில்லை. எட்டாம் பகுதியில் பிரம்மலோகத்தில் பிரமனே தன் தொழிலில் ஈடுபடுகிறான். மன அமைதி குறைகிறது. எட்டாவதில் பிரமன் படைப்புப் பட்டறை நாசமாகி வருகிறது. எரிந்துபோய் பிரமன் திடுக்கிட்டு, காரணம் அறிய பூமிக்கு வருகிறான். கடைசி ஒன்பதாவது பகுதியில் வந்த பிரமன் தச்சன் இழைத்துக்கொண்டிருந்த கைக்கோலின் பிடியின்

ஒளியைக் கண்டு கண் கூசி அதிர்ந்தது போய் அந்த உளியின் உக்ரம் பற்றிச் சிந்திக்கிறான். பிரமனுக்கு ஞானோதயம் ஏற்படுகிறது. தன்னால் வெல்ல முடியாத காலத்தை தச்சன் வென்றுவிட்டதை உணரவும் அயர்ந்து பிரமலோகத்தில் திரும்பப் புறப்படும் சமயம் அங்கே அந்த பிரமனுக்குப் பதில் புது பிரமனே பதவி ஏற்க வருவதைக் கண்டதும், மனம் முறிந்துபோய் பூமியில் விழுந்து காலமாகிவிட்டான். மரச்சுருளும் புல்லும் சிரித்தன, பிரமா முடிவைக் கண்டு தச்சனும் சிரித்தான் என்று முடிகிறது.

இந்தக் கதை உத்தி காட்சிகளாக பாத்திரப் பேச்சாக சுய மனவோட்டமாக சித்தரிக்கப்பட்டிருக்கிறது. இந்த அமைப்பில் இன்னொரு விசேஷம் தூலக் கதைப் போக்கின் கூடவே சூட்சும தத்துவப் பொருளின் போக்கும் ஊடும் பாவுமாக பின்னிப்போவதை உணர்கிறோம், தத்துவம் தனித்து விளக்கமாகவோ பிரச்சாரமாகவோ உபதேசமாகவோ டைடாடிக்காகச் செயல்படவில்லை. இதில் இன்னொரு விசேஷம் அறிவார்த்தமாக ஒரு தத்துவ உணர்த்தலுக்கு உணர்ச்சி ரீதியான ஒரு மனோபாவத்தைப் பயன்படுத்தி இருக்கிறார் பிச்சமூர்த்தி. தெய்வ பிரமன் மானிடா உணர்ச்சிகாரனாகச் செயல்படுகிறான்; சிந்திக்கிறான். மனித தச்சனோ மானிட அம்சமே அவனுக்குள் இல்லாதவனாக உணர்ச்சிகள் எல்லாம் அமுக்கி அதற்கு மேலாக எழுந்து ஒரு கர்மயோகவாதியாக சித்த நிலையை (ரியலைசேஷன்) எட்டிய அளவுக்கு ஒரு மகாஞானியாக ஆளுமை மூர்த்திகரம் பெற்று, தன்னைப் பரம்பொருளாகவே படுத்திக்கொண்டு விடுகிறான். தன் கடமை, அழகு ரசனை, உழைப்பு ஆகியவை மூலம் இந்தக் காவியம் வெகு அழகாக உருவம் பெற்று

காவிய அம்சங்கள் அத்தனையும் பெற்றிருக்கிறது. இதெல்லாம் போக முழுக்காவியமும் படிமங்களாலேயே ஆக்கப்பட்டிருக்கிறது. ஒவ்வொரு உருவக, உவமை, அணி சொல்லும் சொற்தொடரும் வரியும், அவற்றிற்கு இயல்பாக உள்ள இயற்கையான தூலப்பொருள் தன்மை உணர்த்தலுக்கு அதாவது 'டீனோட்மன்ட்' அர்த்தத்துக்கு மேலாக 'கனடோடிவ்' அர்த்தம் கொண்டு மேன்மைப்பட்ட தத்துவ அர்த்தங்களைக் கொண்டிருக்கின்றன. இந்த கனடோடிவ் அர்த்தப் பாங்குதான் கவிதையை அழகாகவும், பொருள் ஆழ்ந்ததாகவும் செழிப்பான வர்ணனைப் பாங்காக ஆனதாகவும் வீர்யமானதாகவும் ரசிக்கச் செய்வதாக இருக்கிறது.

இன்னொரு குறிப்பிடத்தக்கது மொழி நடை பற்றியது. வெகுநயமான, சரளமான, காவியத் தன்மைப் பாங்கான கதைசொல்லல் ரீதியான நயமான நடைபாணி. படிக்கும்போது இன்பம் தருகிறது. சொல்நயம் பிச்சமூர்த்தி கவிதைகளில் இறுக்கமாகவும், செட்டாகவும் வீர்யமாகவும் விழுந்திருக்கிறது. கவிதை வரிகளின் எளிமை, கம்பீரம், அர்த்தபுஷ்டி ஒரு பக்கம் இருக்க, பலவிதமான ஒலிநயங்கள் தொனிக்கின்றன. அதன் யாப்பைத்தான் குறிப்பிடுகிறேன்.

3. யாப்பு: நம் கவிதை யாப்பு மரபு நமக்குத் தெரிந்ததுதான். எனவே அவற்றை இங்கே விளக்க விரும்பவில்லை. பிச்சமூர்த்தியின் கவிதைகளில் காணும் புதுவித யாப்பு கையாளல்தான் அவற்றின் புதுமையான ஒலிநயத்துக்கு ஆதாரமாக இருப்பதை உணரலாம். பிச்சமூர்த்தி யாப்பு மரபை அறிந்தவர்தான். யாப்புக்கு உட்பட்ட கவிதைகளும் எழுதியிருக்கிறார். ஐந்து குறுங்காவியங்களும் சில தனி கவிதைகளும்

எழுதி இருக்கிறார். எனவே யாப்பு மரபு அறிந்து அது தன் அனுபவ வெளியீட்டுக்குப் போதாது என்று உணர்ந்து வசன கவிதையாளர் ஆகி [பாரதி, வால்ட் விட்மன் பாணியில்] அதுவும் போதாது என்று புதுக்கவிதையாளராக ஆகிவிட்டார். கவிதைகளை நான் ஆராயும்போதே ஒவ்வொரு கவிதை பற்றியும் சொல் நயம், வரிநயம், ஒலிநயம், சொல்லாட்சி இவற்றை நான் விளக்கி இருக்கிறேன். எனவே இங்கே மொத்தமாகச் சில கருத்துகளைத்தான் சொல்கிறேன்.

புதுக்கவிதைக்கு சந்தம் (ரைம்) தீண்டாப் பொருள். [டேபூ]. ஒலிநயம் (ரிதம்) தான் விருப்பப் பொருள். இரண்டுக்கும் உள்ள வித்யாசம் தெரிந்துகொள்ள வேண்டியதாகும், சந்தம் என்பது தாளக்கட்டு அம்சமானது. கவிதையில் தாள கதியைத் தோற்றுவிக்கும் ஓசைநயம். இது தொடையால் ஏற்படுவது. 'தொடை' என்பது கவிதை வரிகள் இரண்டு இயையும்போது தோன்றுவது. எழுத்து முதல் அடி வரை ஐந்து உருப்புகளை எழுத்து, அசை, சீர், தளை, அடி வைத்து உருவாவது கவிதை. கவிதை வரிகள். தொடைகள் ஐந்து வகை உண்டு. மோனை, எதுகை, முரண், இயைபு, அளபெடை, என்றும் ஐந்து வகையில் ஒவ்வொன்றிலும் அடி, இணை, பொழிப்பு. ஒருஉ, கூழை, மேற்கெதுவாய் கீழ்க்கெதுவாய், முற்று ஆகிய பாகுபாடுகள் உண்டு. இவற்றோடு 'செந்தொடை' என்ற பிரிவும் உண்டு. செந்தொடை என்பது, மேலே குறிப்பிட்ட இலக்கண அம்சங்களை எதையும் கடைப்பிடிக்காமல் விகற்பமாக அமைந்திருப்பது. எதுகை மோனை இத்யாதிகள் ஒரு ஒழுங்கு ரீதியானதாக இருக்காது. இவற்றின் சேர்க்கையால் விளைவது சந்தம். சந்த ஒலியிலிருந்து மாறுபட்டது. ஒலிநயம், (ஒழுங்கிசை, ஒத்திசை)

என்பது சொற்களின் ஆரம்பமும் முடிவும் வரிகளின் ஆரம்பமும் முடிவும் ஒத்த சப்த இசைவுக்காக மோனை எதுகை உள்ள சொற்களை உபயோகிப்பது. வரிகள் சம அளவாக இருப்பது. ஒரே மாதிரியாக ஒலிப்பது என்று இல்லாமல், அசைகளை அசைகளாய் ஆன சொற்கள், வரிகளால், குறில், நெடில்களால் குரல் ஏற்றம் இறக்கமாக ஒலி கிளம்பும். ஒலி தூக்கலாக [மாடுலேஷன்] அசைக்கு அசை; சீருக்குச் சீர், வரிக்கு வரி ஏற்படும், தொனி மாற்ற வித்தியாசங்களைக் கொண்டு சுருதி மீட்டல் போன்ற அடிநாத ஆதார ஒலியாக மந்த ஓசையாக, வண்டிச்சக்கர ஒலிபோல் பிச்சமூர்த்தி சொல்வதுபோல சவுக்குத் தோப்பின் வழியே காற்று பாய்ந்து செல்கிறபோது தொடரும் ஓயுமொலி போல காதுக்கும் ஓதும் குசுகுசுத்தலாக மென்குரலாக ஒலிப்பது.

புதுக்கவிதைக்கு இந்த ரிதம்தான் அடிப்படை என்பதுண்டு. புதுக்கவிதை மேல்நாட்டில் திடும் எனத் தோன்றவில்லை. ஆரம்ப காலத்தில் வசன கவிதை (புரோஸ்போயம்), விடுவிக்கப்பட்ட கவிதை (வெர்ஸ்லிப்ரே), சுயேச்சா கவிதை (ப்ரீவெரிஸ்), புதுக்கவிதை (நியூபொய்டரி) என்று நான்கு பருவ வளர்ச்சியாக உருவானது. புதுக்கவிதைக்கும் ரிதமுக்கும் உள்ள உறவு இயற்கையான பேச்சுப் பாங்கான நடையைக் கடைப்பிடிப்பது. இயல்பான சொல்லாட்சியும் அமைந்தது. சம்பாஷணை ரீதியான வாக்கு மரபு (கலோக்கியல் இடியம்). புதுக்கவிதை ஒரு கலைவடிவம் ஆனதினாலே சுயேச்சையானது என்று ஒருவிதக் கட்டுப்பாட்டுக்கும் அடங்காமல் செயல்படக் கூடாது. மரபை மீறுவதால் வேறுவிதக் கட்டுப்பாட்டுக்குள் அடங்கித்தான் ஆகவேண்டும். அதுக்குத்தான் இந்த

‘ரிதம்’ அம்சம் இந்த ஒலிநயம் என்பதை வரையறுப்பது? சுட்டிக்காட்டுவது. அப்போதுதானே கவிதை என்ற அந்தஸ்து பெற முடியும். இதைப்பற்றி நான் மேலே விளக்கி இருக்கிறேன். சந்தத்துக்கும் ஒலிநயத்துக்கும் வித்யாசம் காட்டி, ஒலிநயத்தில் இரண்டு விதம் உண்டு. வெளித் தெரியும்படியானது நான் முன்னே காட்டிய விளக்கம். இன்னொரு விதமானது உள்ளார்ந்த ஒலிநயம். படிக்கிறபோது மனதிலே ஒலிக்கும் கவித்துவ உள்ளடக்கம். அதை நம் மனதால் உணரத்தான் முடியும். கவிதை கொண்டுள்ள பொருளிலிருந்து எழும் அனுபவ உணர்வு மௌன ஒலிநயம். இந்த அம்சத்தைத்தான் பிச்சமூர்த்தின் கவிதைகள் பற்றிய அவரது கருத்தாக நாம் கொள்ள வேண்டி இருக்கிறது. அவர் சொல்கிறார். இதை ஏற்கனவே நான் சொல்லி இருந்தாலும் இந்த இடத்தில் பொருத்தமாக இருப்பதால் மீண்டும் தருகிறேன்.

‘காதை முன்நிறுத்தியே இதுவரை கவிதை எழுதப்பட்டு வந்திருக்கிறது. இப்போது முக்கியப் பிரச்னை காதை நம்பாமல் கவிதையைத் தோற்றுவிக்க முடியாதா’ என்பதுதான். அனுபவத்தில் புதுமை காட்ட விரும்பும் கலைஞன் இது இயலும் என்பதைக் கண்டான். கருத்திலே மடைதிறக்கும் உணர்வு நெகிழ்ச்சியிலே, சுட்டிக்காட்டும் பேருண்மையிலே கவிதை பொதிந்து கிடக்கிறது என்ற உண்மையைக் கண்டான். கவிதை சொற்களில் இல்லை. ஒலிநயத்தில் இல்லை என்பதைக் கண்டுகொண்டான். இரண்டுக்கும் காரணமான தன்னிடத்தில் இருக்கிறது என்ற பேருண்மையை, அதிர்ஷ்டவசத்தால் தான் பெற்ற அனுபவத்தில் இருக்கிறது என்ற ரசனை நுட்பத்தை உணர்ந்தான். இந்த அடிப்படையின் மீது பார்க்கும்போது காதை

நம்பித்தான் வாழவேண்டும் என்ற அவசியம் இல்லை. கவிதையின் மரபுக்கு ஒத்த அங்கங்களும் இக்கருத்துக்கு ஆதரவாக இருக்கின்றன. கவிதைக்கு உயிர்நாடியான உவமை அணி பெரும்பாலும் தன்னைச் சார்ந்த அலங்காரம், காதை நம்பி கவிதை பிறக்க வேண்டி இருந்த நிலையிலும் கூட, கவிதையின் சிறப்பு எல்லாம் ஐம்பொறிகளின் தயவையும் மீறி நேரிடையான அனுபவத்தால், இயற்கையான நுண்ணுணர்வால் ஏற்படுவது என்ற உண்மையை எப்படி மறந்துவிட முடியும்?

இந்த உண்மையின் காரணமாகவே ஒரு பொறிக்கு உரித்தான தொழிலை மற்றொரு பொறியின் மீது ஏற்றி கவிதையின் சிறப்பைக் காட்டும் கற்பனை கையாளப்பட்டு வந்திருக்கிறது. ஒரு உதாரணத்தைக் கொண்டு இதை ஆராய்வோம், ஆனால் ஓர் எச்சரிக்கை. இது இலக்கிய விசாரமே அன்றி மன இயல் விமர்சனமே அன்றி, சரித்திர ரீதியான தொடர் அல்ல என்பதை மறக்கலாகாது. ‘செந்தமிழ் நாடென்னும் போதினிலே இன்பத்தேன் வந்து பாயுது காதினிலே’ என்று பாரதியார் பாடினான். இயற்கையான ருசியை நாக்கின் மூலமே நாம் உணர்கிறோம். காதின் மூலம் இந்த ருசியை உணரலாம் என்பது இயற்கைக்கு முரண்பட்டது. ஆனால் கவி நாக்கின் தொழிலைக் காதின் மேல் ஏற்றி திடுக்கிடும் புதிய அனுபவத்தைக் கூறுகிறாரே. ஆம் நாக்குக்கு இனிப்பானது போல காதுக்கு இனிப்பாக இருக்கிறது என்கிறார். பொறிகளுக்கு உள்ள வேறுபாடு உடலைப் பற்றிய வரையில் உண்மையே ஒழிய மன இயலைப் பற்றிய வரையில் வேறுபாடாகாது. இரண்டின் விளைவும் ஒன்றுதான் என்ற தத்துவ வாக்கியத்தை மறைமுகமாகக்

காட்டுகிறார். வேறுவிதமாகச் சொன்னால் பொறிகள் தம் தொழில்களைப் பரிவர்த்தனை செய்துகொள்ள இயலும் என்றும் தத்துவ ரீதியாகவும் கொள்ளலாம்.

கவிதையின் ஒருமைப்பட்ட உடனடியான அனுபவத்தை விளைவிப்பது ஆறாவது பொறியாகிய மனமே ஆகும். பொறிகள் தபால்காரனைப் போல். செய்தி என்று உணரும் சக்தி மனத்திற்குத்தான் உண்டு. எனவேதான் பொறிகள் தம் தனித்தன்மையை இழந்து, பதிலியாகக்கூட இயங்கி கவிதை என்னும் விளைவுக்கு கருவியாக ஆகின்றன. காதை அடிப்படையாகக் கொண்ட எதுகை மோனைகளுக்கு இப்போது அவசியம் இல்லாமல் போய்விட்டது என்பது கசப்பான புதிய உண்மை. எதுகை, மோனைகளாலும், சந்தத்தாலும் கவிதைக்குக் கிடைத்துவந்த இசைப்பயனை தூல நிலையிலிருந்து சூக்கு நிலைக்கு உயர்த்தக்கூடிய கவிதை முறை சாத்யமாகிவிட்டது. சொற்களைத் தொடுக்கும் ஜாலத்திலேயே கவிதையின் பிறப்பிடத்திலேயே அதை எழுப்பிக்காட்டும் கடினமான கவிதைக் கலைக்கு தூண்டுதல் ஏற்பட்டுவிட்டது, இசைவாக மாற்றவேண்டிய கடமை உண்டாகிவிட்டது. எனவே பலகோடி ஒலி அமைப்புகளிலே சிலவற்றைத் தேர்ந்தெடுத்து, கவிதையில் ஒலியின்பத்தைக் கூட்டுவது போல. பல கருத்துகளையும் உணர்ச்சிகளையும் பொறுக்கி எடுத்து இசையவைக்கும் முயற்சி புதுக்கவிதை ஆயிற்று.

மரபுக்கு இணங்கிய கவிதைகளில் ஒலிநயம் என்று ஏதோ தனியாக இருப்பதாகக் கூறுவதே ஒரு பிரமை என்று வாதிக்கக்கூட இடம் இருக்கிறது. கருத்துகளையும் உணர்ச்சிகளையும் கவிதையில் தெரிவிக்க ஏறக்குறைய குறிப்பிட்ட வார்த்தைகளில்தான் முடியும். வேறு

சொற்களை உபயோகித்தால் கருத்தும் உணர்ச்சியும் மாறிவிடும் அந்தந்தச் சொற்கள் தொடராக அமைவதால், கருத்திலோ, உணர்விலோ ஏற்படும் இசைவே ஒலி நயம் என்ற தனிப் பேருடன் நடமாடுகிறது. கவிதையில் ஆடும் கருத்துகளையும் உணர்ச்சிகளையும் கண்டு அனுபவித்துத்தான் கவிதை ரசனை பெறுகிறோம் அல்லது வேறு எதுவும் இல்லை என்றே சொல்லலாம். கருத்துகளின் இசைவே, உணர்வின் சலனமே, கவிதா சிருஷ்டியின் ஒருமையே புதுக்கவிதை ஆகும். சிருஷ்டி என்னும் மகத்தான இயக்கத்தின் இசைவு பெற்றுள்ளவன் கவிதான். அவன் கூற்றுதான் கவிதை என்று உண்மையை நாம் உணர்கிறோம். கவிதைக்குப் பிறப்பிடமான ஒருமையையும் இசைவையும் உணர்கிறோம். மேற்கோள் முடிகிறது.

மேலே கொடுத்துள்ள விரிவான மேற்கோள் பிச்சமூர்த்தியின் புதுக்கவிதை. புதுக்கவிதை கொள்கையின் பிரகடனமாக அமைந்திருப்பதை உணரலாம். அதிலும் குறிப்பாக ஒலிநயம் பற்றிய கருத்து கவனிக்கத்தக்கது. அது நமது மரபுக்கவிதைக்கு அதிர்ச்சி தரக்கூடிய புரட்சிகரமான கருத்து. மேல்நாட்டுப் புதுக்கவிதைக்காரர்களைவிட ஒரு படி மேலே போய்விட்ட பார்வை. இதைப்பற்றிக் கொஞ்சம் விரிவாகப் பார்க்க வேண்டியது அவசியம் ஆகிறது புதுக்கவிதை பற்றிய அடிப்படை விஷயம் என்பதால். பிரஞ்சுமொழி இலக்கியத்தில்தான் முதல்முதலாக வெர்ஸ்லிபரே என்ற சொல் பிரயோகம் வெளிப்பட்டது.

அதே சமயத்தில் சற்று முன்பாக 'பிரிவொஸ்' என்ற சொல் பிரயோகம் அமெரிக்க இயக்கத்தில் ஏற்பட்டது. இந்த இரண்டு இயக்கமுமே மரபுக் கவிதைக்கு எதிரான சோதனை முயற்சிகள் எனலாம். வால்ட் விட்மனின்

(லீவ்ஸ் ஆப் கிராஸ்' 1855) கவிதை நூல்தான் முதல் 'ப்ரீவெர்ஸ்' சுயேச்சா கவிதை முயற்சி. பிரான்சில் ஜூல்ஸ்லா போர்க் ஆரம்பித்து வைத்தார். அவரைத் தொடர்ந்து (1873) ரீம்பாண்ட் என்ற கவியின் 'இல்லுமினேஷன்ஸ்' என்பது முதல் (வெர்ஸ்லிப்ரே) என்ற விடுவிக்கப்பட்ட கவிதை முயற்சி.

'வெர்ஸ்லிப்ரே' சந்தமோ அசையோ சில பின் முக்கியம் அல்ல. வரிகள் ஒரே சீராக ஒழுங்கு இல்லாமல் நீளமும், குட்டையுமாக வித்யாசமாக இருக்கும் [இர்ரெகுலர்]. அதில் ஒலிநயம் [ரிதம்] உணர்ச்சிகர அறிவார்த்த பாதிப்புடன் இணைந்ததாகக் கருதப்பட்டது. 'ப்ரிவெர்ஸ்லிலும்' அதேபோல வரிகள் வரிசை நீள வித்யாசம் உண்டு. ரிதம் உண்டு; ஆனால் ரிதமும் கூட ஒழுங்கு முறை அற்று இருக்கும். குரல் ஏற்ற இறக்கம் [கேடன்ஸ்] இருக்கும். இந்த இரண்டும் ஒலிநயம் பற்றிய அக்கறை கொண்டவை. இவற்றிற்குப்பின் இங்கிலாந்தில் தோன்றிய படிம இயக்கம் (இமேஜிஸம் 1912–17) கவிதைக்குப் படிமம்தான் முதன்மையானது. அதுதான் கவிதையை இறுக்கமாகவும் நயமானதாகவும் ஆக்க உதவுவது என்ற கொள்கை கொண்டது. அதுக்கு உருவகத்தில்தான் முழு ஈடுபாடு. ஒலிநயம் பற்றி அது அவ்வளவாக அக்கறை காட்டவில்லை. இவற்றிற்குப்பின் புதுக்கவிதை தோன்றியது. (1920) படிம இயக்கத்தின் விளைவாக ஏற்பட்ட இந்த இயக்கம் டி. எஸ். இலியட்டின் கவிதைகளுடன் ஆரம்பித்து வளர்ந்து இருபதாம் நூற்றாண்டு தற்கால கவிதைத் துறையாக புதிய பரிமாணம் சேர்த்துவிட்டது.

பிச்சமூர்த்தி வால்ட்விட்மனையும் பாரதியையும் தனக்கு ஆதர்சமாகக் கொண்டிருக்கிறார். எனவே அவர்கள் பாணியில்தான் கவிதை முயற்சியை ஆரம்பித்துக்

கொஞ்சம் தொடர்ந்து தனக்குள் ஒரு புதுவித புதுக்கவிதைப் பாணியை அமைத்துக்கொண்டுவிட்டார். அந்தப் பாணியை மேலே எடுத்துக்காட்டிய நீண்ட மேற்கோள்களிலிருந்து வாசகர்கள் புரிந்து கொண்டிருக்கலாம். புரோஸ்போயம், வெர்ஸ்லியரே பிரீவெர்ஸ் இவற்றை அவர் கவனித்திருக்கிறார். அவற்றின் குணாம்சங்கள் அவருக்குப் போதியதாகப் படவில்லை என்பது இந்த மேற்கோளிலிருந்து தெரிகிறது. அவர்கள் சந்தத்தை உதறிவிட்டதுடன் வரிகள் ஒரே மாதிரியாக ஒத்த அளவும் தொனியும் கொண்டிருப்பதை மறுத்து வரி அமைப்பை இர்ரெகுலராக ஒரே சீராக இல்லாமல் ஒழுங்கு இல்லாது அமைவதையும் கைக்கொண்டார்கள். 'ரிதம்' என்ற ஒலி நயத்தை வைத்துக்கொண்டார்கள். ஆனாலும் அதையும் ஒரே சீராகக் கொள்ளாமல் நினைத்தபடி எல்லாம் இடபேதம் செய்து வெவ்வேறு விதமாகக் கையாண்டார்கள். ஆனால் பிச்சமூர்த்தி ஒலி நயத்துக்கும் கேள்வி எழுப்புகிறார். சொற்களின் சேர்க்கையால் ஒலிநயம் ஏற்படுவது என்பது கிடையாது. கவிதை உள்ளடக்கிய கருத்துகளின் சேர்க்கையால்தான் ஒலி நயம் அமைகிறது என்கிறார். இதுக்கு ஆதாரமாக, கவிதையில் உள்ள சொற்களை மாற்றினால் கவிதைப் பொருள் மாறிவிடும். ஒரு கருத்தை சரியாக வெளியிட ஒரு சொல்தான் பயன்படும். எனவே கருத்தை வைத்துதான் கவிதைப் பொருள். கவிதையில் ஒலிப்பது பெறும் ஒத்து இசைவால் விளைவாக எழும் மனவொலி நயம்தான் என்கிறார். ஆதாரமாக பாரதியின் தேன் வந்து பாயுது காதினிலேயை விளக்கி இருக்கிறார். மரபுக் கவிதையில் கூட ஒலிநயம் ஒரு பிரமைதான் என்ற அளவுக்கும் போய்விடுகிறார். சொற்களின் அவற்றின் அலகுகளின்(சிலபிள்) சேர்க்கை கூட காதுக்குத்தான் என்று அவர் கருதுவதாகப் படுகிறது. மனதுதான்

கவிதையை உணர்கிறது. மனது அனுபவிக்கிறது, ரசிக்கிறது. எனவே, கவிதையின் குரல், தந்தம் மனது வழியாகத்தான் பொருள் ரீதியாக, உணர்வு ரீதியாகப் பாதிக்கிறது என்பது அவரின் பார்வை.

பிச்சமூர்த்தி இன்னும் இரண்டு ஆதாரங்கள் தருகிறார் தன் பார்வைக்கு வலுகொடுக்க இப்போது கவிதை மவுன வாசிப்பாகத்தான் கடைப்பிடிக்கப்படுகிறது. எனவே ரிதம் கூட சந்தம் போல் வலுவிழந்து வருகிறது. ஏன் அது எழுவதுக்கு வழியே இல்லை. அதைவிட இன்னொரு முக்கிய ஆதாரம், படிமப் பிரயோகம். படிமங்கள்தான் மனதில் பாதிப்பு ஏற்படுத்துகின்றன. கவிதைப் பொருள் படிமம் மூலம் உணர்த்தப்படுகிறது. நாம் படிமத்தின் குணாம்சங்களை உவமை உருவகம் முதலிய அணிகளை வைத்து நம் மனவோட்டத்தைக் கவிதைக்குள் நடமாட விடுகிறோம். அது நமக்கு கவிதையின் சூக்குமத் தன்மை தூலத்தன்மை இரண்டையும் கலவைப்படுத்திவிடுகிறது. பொருளை நிதானித்து விடுகிறோம். ஒலிநயம் இந்தப் படிமத்தால் பின்தள்ளப்படுகிறது. ஏற்கனவே ஒலிநயம் முணுமுணுப்புக் குரல் இப்போது இன்னும் மந்தமாகி நம் ரசனைக்குப் பயன்விளைக்கத்தக்க அளவுக்கு உதவ இயலாமல் போய்விடுகிறது. கவிதையின் ஒலி, நாம் அதை உச்சரிக்கும் நேரத்துக்குத்தான் நீடிப்பது, படித்து முடிக்கவும் நின்றுவிடுகிறது. இதை ஒலி போலத்தான். ஆனால் படிமங்கள் கண் மனம் இரண்டிலும் நீடிக்கிறது. கவிதையை நமக்கு நினைவுக்குக் கொண்டு வருகிறது. எனவே பிச்சமூர்த்தியின் இந்தக் கவிதைக் கொள்கை அடிப்படையானதாகவும் அழகும் நயமும் ஏற்றுவதாகவும் இருக்கிறது. எனக்கு இதனுடன் உடன்பாடு. நானும் ஒரு புதுக்கவிதைக்காரன்தானே, ஆனாலும் மவுனமாகப் படிக்கிறபோது, ‘பல்லாண்டு

பலவாண்டாய் பாண்டங்கள் செய்யும் வேளையில்' என்ற வரிகளை, 'கை ஓய்ந்த குயவன், கண்ணோயும் இரவுக்குக் காத்திருக்கும் அந்தியில்; காட்டுக்கு வந்து கரவற்ற கலைஞனின் கதிகாண வந்தான்' என்றது போன்ற மோனை வரிகள் என்மனதில் இதயக் குரலாக சுருதியோட்டமாக ஒரு கணத்துக்கு நிழல் ஒலி எழாமல் இல்லை. பிச்சமூர்த்தி நினைத்துச் செய்யவில்லை. இருக்கவும் முடியாது. இந்த வரிகள் பொருள் ஆழம் கொண்டவை. இந்தப் பகுதிகள் இரண்டிலும் திணிக்கப்பட்டிருக்கிற விஷயம் ரொம்ப கனமானது. ஐந்து வரி யூனிட்டில் தகவல்களும் அதிகம். நான் வேறுவிதமாகச் சொல்லிப் பார்த்தேன். முடியவில்லை. அந்த வார்த்தைகளை விட்டால் வேறு கவிதைச் சொற்கள் கிடைக்காது. பிச்சமூர்த்தி சொல்வது போல் வலிந்து போட்டால் பொருள் மாறுவதும் மட்டும் அல்ல, அழுத்தம், சிக்கனம், பொருத்தம் எல்லாம் மாறிவிடும். இங்கே மோனை எண்ணாமல் சுதாவாக அமைந்தது. இந்த இசைவுக்கான சொற்கள் மொழியின் வளத்தைக் காட்டுகின்றன. பாரதி 'உன் கண்ணில் நீர் வழிந்தால் என் கண்ணில் உதிரம் கொட்டுதடி' (கண்ணம்மா) என்கிறார். ('ரத்தம் கொட்டுதடி' என்று உபயோகச் சொல்லைப் போடவில்லை. 'ரத்தம்' சொல் போட்டுப் படித்தால் வரி இடறும். வழுக்கி ஓடும். (ஃபுளோ) நடையாக இராது.) கவிதை கட்டுவது கொத்தன் வீடு கட்டும் வேலை போன்றது. சுவர் கட்டும் அவனுக்கு முன்னே செங்கல் குவியல் இருக்கிறது. அதில் ஒரு குறிப்பிட்ட செங்கல்லைக் காட்டி அதை எடுத்துக் கொடுக்கக் கேட்பான். அந்த இடத்துக்கு அந்த அளவு செங்கல்தான் அவனுக்குத் தேவை. அதுபோல கவிக்கு சொற்பிரயோகம். தனக்கு அந்த இடத்துக்கு சந்தர்ப்பத்துக்கு ஏற்ப தேர்ந்து எடுப்பான்.

வழக்கொழிந்த சொற்களைக்கூட உபயோகிப்பான். கொச்சையைக்கூட உபயோகிப்பான். வழித்துணையில் 'கைக்கோலைத் தேர்ந்தெடுக்க வந்த மதி மச்சானே' என்று எழுதுகிறார். 'ஷேக்ஸ்பியர் மீ திங்கஸ்' என்று இலக்கண வழுவாகக்கூட எழுதி இருப்பது நமக்குத் தெரியும். எனவே 'கவி சுதந்திரம்' (பொயடிக் லைசன்ஸ் உண்டு.)

பிச்சமூர்த்தியின் 'ஒலிநயம்' பற்றிய கருத்து ஓர் அடிப்படையான விவகாரம். அதுக்கு எதிர்ப்பும் இருக்கக் கூடும். சந்தமும் வேண்டாம், ஒலிநயம் கூட வேண்டாம் என்றால் கவிதைக்கும் உரை நடைக்கும் வித்தியாசமே இருக்காதே என்ற கருத்தைத்தான் சொல்கிறேன். அதிலும் நியாயம் இருக்கிறது. என்னதான் 'ஒலி நய உரை நடையாக இருந்தாலும் அது கவிதையாகாது. ஆனால் ஒலிநயம்தான் கவிதை என்றும் ஆகாது. படிமம் மட்டும் கண்ணுக்கும் மனதுக்கும் கவிப்பொருள் உணர்த்தினாலும் ஒலி நிழலாகக் கவிதைக்குத் தேவைதான். பாலுக்கு சக்கரையும், ரசத்துக்கு உப்பும், ருசிக்கு உதவுகிற அளவுக்கு கவிதைக்கு இசை ஒலியும் இன்றியமையாதது. படிமத்தாலும், கருத்தாலும் உணர்வாலும் கவிதை முதன்மையாக பாதித்தாலும், கவிதா சப்தம் துணை அம்சமாக (செகண்டரி) பாதிப்பு கொடுப்பதாக வைத்துக்கொள்ளலாம்.

இந்த இடத்தில் கு.பா.ராவின் கருத்தையும் தெரிந்து கொள்வது நமக்குப் பயன் உள்ளதாக இருக்கும். அவர்தான் முதலில் இது சம்பந்தமாகக் கருத்துகள் கூறியவர். அதைத் தருகிறேன். பாரதியின் காட்சி கவிதைகள் பற்றி பிராஸ்தாபித்துச் சொல்கிறார்.

'காட்சியில்' யாப்பிலக்கண முறையில்

அமையாததால்தான் அவ்வளவு சிறப்பும் அழகும் வேகமும் கொண்டிருக்கின்றன. யாப்பிலக்கணத்துக்குக் கட்டுப்பட்டு வரும் கவிதையும் உண்டு. அதற்குக் கட்டுப்படாமல் வரும் கவிதையும் உண்டு. கவிதை என்ற வஸ்து நேரசை, நிரையசையில் மட்டும் இல்லை. அவை ஒழுங்காக இருந்தால் மட்டும் கவிதை வந்துவிடாது. கவிதை என்பது நடை மட்டுமல்ல. கருத்தும் இருக்க வேண்டும். செவிநுகர் கவிதை என்று கம்பன் சொன்னதைத் திரித்து செவி நுகர்வதுதான் கவிதை என்று கொள்வது தப்பு. கவிதை செவி நுகர்வதாக இருக்க வேண்டும் என்பதுதான் பொருள். செவி நுகர்வதெல்லாம் எங்காவது கவிதையாக இருக்க முடியுமா? வசன கவிதை செவி நுகருமா என்றால் நுகரும். ஏனென்றால் வசன கவிதைக்கும் யாப்பு உண்டு. இலக்கணம் உண்டு. அதிலும் மாவிளங்காய். தேமாங்கனி வந்தாக வேண்டும். வரும் வகை மட்டும் வேறாக இருக்கும், அவ்வளவுதான். எதுகை, மோனை கட்டாயம் உண்டு. ஏனென்றால் இந்த அலங்காரங்களை எல்லாம் உள்ளடக்கியதுதான் கவிதை. இலக்கணம் அல்ல. அது அவற்றை இஷ்டம் போல சமயத்திற்கு ஏற்ப மாற்றிக்கொள்ளும். முதலில் உண்டாக்கினபடியே இருக்க வேண்டும் என்றால் இருக்காது. இலக்கியம் கூறுவதுதான் இலக்கணம். இலக்கணம் கூறுவது இலக்கியமாகவே முடியாது. நன்னூலுக்கும் மேலாக ஒரு புது நூலை இலக்கியத்தின் போக்கிற்கு ஒப்ப தயாரித்துக்கொள்ள வேண்டும். பொதுவாக கவிதைக்கு எந்த பாஷையில் இருந்தாலும் ஒரு தனி ராகமும் தாளமும் இருக்கின்றன. கவிதையின் ராகம் உள்ளத்தில் கிளம்புகிறது. இதயம் தாளம் போடுகிறது. இதை அவர் 1944ல் எழுதினார். அவர் கவிதை பாணிக்கு உதாரணமாக ஒரு கவிதையைத் தருகிறேன்.

என்னதான் பின் என்ற கவிதை:

காதலென்றால் கேலி செய்கிறாயே -
எதற்காக?
கவிதையைக் கள்ளச் சொல் என்கிறாயே -
வேண்டுமென்றுதானே?
நான் துதிக்கிறேன் என்றுதானே?
இருக்கட்டும் -
நமது இன்பத்து ஏகாந்த இரவின் இறுதியில்
பிறை வெறுத்த பின் மாலையில்,
இருள் வெள்ளம் வடிந்த வைகறையில்
ஓவிய மூட்டும் உன் ஒளிக்கரங்களை விட்டு
நான் பிரிவினை கொள்ளும் போர்
வேளையில்
என் கண்கள் கலங்குவதென்ன -
காதலல்லாமல்?
அந்த கனவழியும் பொழுதில்
உன்வாயின் வார்த்தை வனப்புத்தானென்ன
கவிதை அல்லாமல்? (என்னதான் பின்)

கு.ப.ராவின் புதுக்கவிதை பற்றிய கருத்துகளும் அவரது கவிதை பாணியும் பிச்சமூர்த்தியிலிருந்து மாறுபட்டிருப்பதை உணர்கிறோம். அவர் எதுகை, மோனை, ஒலிநயம், செவியுணர்தல், புதுயாப்பு, சீர் அமைப்பு ஆகியவற்றை ஒதுக்கவில்லை. இவை அலங்காரங்கள் என்றார். அவர் சொல்வது இவற்றைத் தன் இஷ்டம் போல சமயத்துக்கு ஏற்ப எப்படி வேண்டுமானாலும் வளைத்துக்கொள்ளலாம் என்றுதான் புதுக்கவிதை அமைப்புக்கு எடுத்துச் சொல்கிறார். தனி வித ராகம் தாளம் இருக்கும் என்கிறபோது சந்தம் ஒலிநயம் இரண்டிலும் இருக்கும் என்கிறார். ‘கவிதையின் ராகம் உள்ளத்தில் கிளம்புகிறது. இருதயம் தாளம்

போடுகிறது' என்கிறபோது அவரும் 'காதைவிட ராகம் தாளம்' என்று இரண்டு சப்தங்களும் மனதாலேயும் இருதயத்தாலேயும்தான் உணரப்படுகின்றன என்பதை அழுத்திச் சொல்கிறார். எனவே அவர் குறிப்பிடும் ராக தாள அம்சம் இசைக்கான ராக தாளத்திலிருந்து மாறுபட்டது. காதுக்காக அல்ல; மனதுக்கும் இருதயத்துக்கும் ஒத்ததாக இருப்பதைப் பற்றியது. இது பிச்சமூர்த்தி குறிப்பிடும் 'கருத்திலோ, உணர்விலோ, ஏற்படும் இசைவே ஒலிநயம்' என்பதுக்கு ஒத்து இருக்கிறது. சிதம்பர சுப்ரமணியன் 'இதய நாதம்' நாவலில் ஒரு பிரபல சங்கீத வித்வானுக்குத் தொண்டை கோளாறினால் சாரீரம் கெட்டுவிட இனி பகவானைக் குரல் கொடுத்து பூஜிக்க முடியாதே என்று வேதனைப்பட்டபோது, இனி உன் இதயத்தால் பூஜிக்கலாம் என்று அவரது குரு உணர்த்தியது போல, கவிதையில் ஒலிநயம் என்பது இதய நாதமாக ரீங்காரம் செய்து கொண்டிருப்பது. கவிதையில் அதன் பங்கு அந்த அளவுக்கு இருக்க வேண்டிய அவசியத்தை நாம் உணரலாம்.

ஆக, பிச்சமூர்த்தி புதுக்கவிதைக்குத் தன் பார்வையில் ஒரு புதிய யாப்பு மரபை ஏற்படுத்தியவர் ஆகிறார். ஒலிநயத்துக்கு அவர் கொடுக்கும் புதுவிதப் பாடாந்தரம் (இன்டரி பிரிட்டேவுன்) புதுக்கவிதையிலும் ஒரு புது பாணியானது. இப்போது மேல்நாட்டுத் தற்கால கவிதைகளில் ஒரு சாரார் பிச்சமூர்த்தி கருதுகிறபடி ரிதம் பற்றி நினைவு இல்லாமல் கவிதைகள் எழுதி வருகிறார்கள். எந்த ஒரு இலக்கியக் கொள்கையும் உலகப் பொதுவானதாக இருக்க முடியாது. அந்தந்த மொழிப்பாங்குக்கு ஏற்ப கொள்கைகள் தோன்றியும் மாறியும் வருவது இயல்பாகிவிட்டது. ஆகவே வாசகர் கவனிக்க வேண்டியது கவிதை நயமாக உருவம்

அமைந்திருக்கிறதா என்று பார்த்துத் தேர்ந்து எடுத்துக் கொள்ள வேண்டும். பிச்சமூர்த்தி கவிதைகளில் பலவித ஒலிநயம் காண்கிறது. அது பொருள் ஒத்திசைவோடு இணைந்து தொனிக்கிறது. அநேகமாக ஈரசை, மூவசை, சொற்களும் குறளடி சிந்தடிகளும் ஆன அடிகள்தான் அவர் கையாண்டிருக்கிறார். கலந்து கலந்து அவற்றில் இரண்டு குறள் அடிகள் சேர்த்தால் ஒரு அளவடியாகவும் ஒலிக்கும். குறளடியும் சிந்தடியும் சேர்ந்தால் கழி நெடிலடியாகவும் தொனிக்கும். கவிதை வரிகளின் நீளம் ஐந்து சீர் அடிகளுக்கு மேல் போனால் தொளதொளப்புதான் இருக்கும். அந்த மாதிரி கு.பா.ரா. கவிதையில் கவிதையைக் கள்ளச் சொல் என்கிறாயே - வேண்டுமென்றுதானே, என்பது இந்த மாதிரியானது. அதை இரண்டு வரியாகத்தான் போட வேண்டும். கவிதைகள் நிறுத்து [பாஸ்] பேச்சு சப்த அளவுக்கு இருப்பதுதான் பொருத்தமானது. வலிந்து வரி நீட்டப்படக் கூடாது. கிளாஸ், (பிரேஸ்) இவற்றின் அளவும் கச்சிதமாக இருக்க வேண்டும். புதுக்கவிதைக்கு இறுக்கம் முக்கியம். பிச்சமூர்த்தியின் சிறு சிறு வரிகள். இரண்டு மூன்று நான்கு சொற்கள் கொண்ட வரிகளாக இறுக்கமாயும் பொருள் கனம் ஏறியும் இருப்பவை. பெரும்பாலும் குறளடியிலும் சிறு அளவு சிந்தடியிலும் அமைந்த வழித்துணை ஒரு புதிய வித அமைப்பு கொண்டது. பாரதியின் குயில் வரிகளிலிருந்து மாறுபட்டது. பிச்சமூர்த்தியின் இரு சொற்சேர்க்கை மிக நயமான கருத்தாழமான ‘காதுடன்’ உறவாடும் உபதேசப் பந்தலும் நிகழ் நிமிஷ பரியின் கழுத்தில், மன அலையில் அமிழ்ந்து எழுதல், காலக் கொடூரத்தின் கண்ணாடி ஆயிற்று. பரிசலில் கறுந்தேவன் படர்ந்து கிடந்தாலும், ‘காலம் முகம் சுளித்து தள்ளுகோல் எடுக்க பரிசல் பறந்தது கறும் வெளியினூடே பேய் பிடித்த

தச்சன்' என்று உலக வழி வேப்பிலையால் இப்படி சொல்லும் பொருளும் சத்தாக அமைந்த அழகிய கருத்தாழமான வரிகள். இவை மாதிரி இதுவரையில் தமிழ்க் கவிதையில் அள்ளிக் கொடுத்தவர்கள் யாரும் இல்லை. பிச்சமூர்த்தியின் கவிதை வரிகளில் சேதாரமே கிடையாது. சொத்தை சொள்ளையான சொற்களே கிடையாது. அனாவசிய சப்தப்பிரயோகம், சொற் சேர்வு (வெர்பாஸிட்டி) கிடையாது. பிச்சமூர்த்தி ஒரு வக்கீல் என்பதை இந்த இடத்தில் நினைவூட்டிக் கொள்கிறேன். விவகாரமாகப் பேசிய பழக்கம் உள்ளவர். எனவே 'விவகாரம்' கவிதையில் துல்யமாகவும் தர்க்கப் பாங்காகவும் (லாஜிக்) பொருத்தமானதாகவும் இருக்கும். மொத்தத்தில் கவிதை அம்சங்கள் கவிதைகள் மிகச் சிறப்பாக அமைய தேவையான எல்லா குணாம்சங்களும் அவர் சிறப்பாகக் கையாளப்பட்டிருக்கின்றன. முடிவாக பிச்சமூர்த்தியின் புதிய யாப்புருவக் கவிதைகளைக் கொண்டு புதுக்கவிதையின் யாப்பு மரபு தோன்றி இருக்கிறது என்று கணிக்கலாம்.

4. சமூகம் சமுதாயம்: கவிதையின் உள்ளடக்கம் சம்பந்தமாக கவிதை விஷயம் மதிப்பு பற்றியும் உருவம் சம்பந்தமாக அமைப்பு, படிமம், யாப்பு, ஒலிநயம், ஆகியவற்றையும் பார்த்தோம், இவை இரண்டும்தான் ஒரு இலக்கியப் படைப்பு சம்பந்தப்பட்ட முதன்மை விஷயங்கள். இந்த இரண்டிடையே ஏற்றத்தாழ்வு கிடையாது. சமமான அம்சங்கள், இரண்டு கண்களைப் போல. இவை தவிர வேறு சில அடுத்தபடியான மதிப்புகள் உண்டு. அவற்றில் முதன்மையானவை சமூக சமுதாய அம்சம். இதற்குச் சமூக மதிப்பு (சோஷல் வேல்யூ) என்று பெயர் கடவுள் மனிதனைப் படைத்தான். மனிதன் இலக்கியத்தைப் படைக்கிறான். எனவே

இலக்கியப் படைப்பாளியும் மனிதனை வைத்துத்தானே கற்பனை மனித உலகத்தையும் படைக்க முடியும். தன் கற்பனை மனித உலகத்தவர்களுக்குதான், சம்பந்தப்பட்ட வாழ்க்கை மாதிரியான ஒரு வாழ்க்கையை அவற்றின் தன்மைகளுடன் சித்தரிக்க முடியும். வேண்டும் அவன் படைப்புக்கு ஆதாரம், ஆகாரம் தான் கண்ட, கேட்ட, அனுபவித்த அனுபவங்களை அடிப்படையாக வைத்து, தன் பார்வையில் ஒரு லட்சியம் ஏற்படுத்தும் வகையில் சிந்தனை, உணர்ச்சி, செயல்முறை, பிரச்சனை, சிக்கல், மனோவோட்டம் மதிப்புகளை ஏற்ற முடியும். 'லட்சியம்' என்பதுதான் முக்கியம். நடைமுறை வாழ்க்கை நெறிக்கும் தன் மனோதர்மத்தில் கொள்ளும் வாழ்க்கை நெறிக்கும் வித்யாசமாக பின்னதில் ஒரு மேம்பாடான (டிரான்ஸ்சென்டட்) பார்வை இருக்க வேண்டும் என்ற குறிக்கோள்தான் படைப்பாளியின், தூரதிருஷ்டிப் பார்வை (விஷன்) எனவேதான் 'சோஷியலாஜிகல்' விமர்சனம் என்ற பார்வை உருவாக்கப்பட்டிருக்கிறது. அதன் கொள்கை இதுதான். இலக்கியம் சமூகத்தின் கருத்துகள் சம்பந்தப்பட்ட வெளிப்பாடு. சமூக சக்திகள் தவிர்க்க முடியாதபடி படைப்பாளியைக் கட்டுப்படுத்துகின்றன. படைப்பையும் கட்டுப்படுத்துகின்றன. படைப்பில் ஏற்றப்படுவது ஒரு சமூகத்தோற்றம் ஆராய்ந்து அறிந்த விஷயம். இனம் சமூகச் சூழ்நிலை (மெல்யு) செயல்பாடு சம்பந்தமானது. சமூகத்தின் உருவம் (இமேஜ்) தான் இலக்கியப் படைப்பிலிருந்து எழுகிறது. சமூக மனோபாவங்கள் காரண காரியத் தொடர்பு ரீதியாக அதில் பிரதிபலிக்கின்றன என்பது அதன் விளக்கம். எனவே ஒரு சமூகவியல் விமர்சகன் இந்தப் பார்வையில்தான் இலக்கியத்தை அணுக வேண்டும். படைப்பாளி தனி மனிதனாக தான் வாழும் சமூகச்

சூழலை அடிப்படையாக வைத்து அதன் நிறைகுறை, கோளாறுகள் தன் பார்வையில் ஒரு நோக்குடன் கணித்து அதுக்கு வழிவகை முடிவுகளைச் செய்கிறான். அதை ஆராய்வது சமூகவியல் விமர்சனைப் பார்வை என்ற கொள்கையானது.

ஆனால் கவிதை சமூக ரீதியானதாக மட்டும் கருதப்பட முடியாது. சமூகத்தைத் தனிமனிதனாகத்தான் கவி கணித்து தன் காலத்தைப் பற்றி மட்டுமின்றி உலகப் பொதுவான பார்வை கொண்டவன், தன் காலச் சூழல் அவனுக்கு ஒரு வியாச்சியம்; சாக்குதான். 'பிரபஞ்சிய மானுடம்' பற்றிய அக்கறை கொண்டவன். அவன் மதிப்புகள் உன்னத லட்சியமானவை. சாசுவதமானவை. காலத்தால் சந்தர்ப்பத்தால் மாறிக்கொண்டிருக்கும் சமூக சமுதாயத்துக்கும் அப்பாற்பட்டவை. பிச்சமூர்த்தி சொல்வதுபோல 'பகுத்தறிவுச் சந்தை'யில் சிலர் சுருதியுடனும், சிலர் வர்ணாஸ்ரமத்துடனும், சிலர் சங்க இலக்கியத்துடனும், சிலர் கம்பருடனும், சிலர் விஞ்ஞானத்துடனும், சிலர் மார்க்ஸுடனும் இப்படி ஒவ்வொருவரும் மூர்க்கமாய் மனதில் பட்ட துறைகளில் முளையடித்துப் பற்றிக்கொண்டு அது ஒன்றுதான் என்ற வீம்புடன் நடந்துகொள்வதுக்கும் மேலாக, மன இயலுக்கும் அப்பால் உள்ள பேருண்மை, பேரனுபவங்களைப் பற்றிய அக்கறை கொண்டவர்களின் பார்வையை உணர்த்துவதுதான் கவிதைக் கொள்கையாக இருக்கவேண்டும். எனவே லோகாயத ரீதியான சமூக சமுதாயப் பார்வை இரண்டாம் பட்சம்தான் கவிக்கு என்றாலும் தன் காலத்து தளத்தில் கால் பதித்து நிகழ் நடப்பையும் கவனித்து அதை மேம்படுத்த முயல்பவனாக கவி இருக்க வேண்டும். காரியாம்சத்தை முன்வைத்து

லட்சியத்துக்கு வழித்துணையாகப் பேசவேண்டும் ஒரு கவி. எதிர்காலத்துக்கும் பேசவேண்டும்.

பிச்சமூர்த்தியின் சமூக சமுதாயப் பார்வை இந்த அடிப்படையில்தான் அமைந்திருக்கிறது. அவரது கவிதைகளை நான் ஆராயும்போதே அவற்றில் சமூக சமுதாயப் பார்வைப் பாங்கை விளக்கி இருக்கிறேன். இங்கே பொதுவாகச் சொல்கிறேன். சமூக சமுதாயக் கவிதைகள் பதினைந்து (15) எழுதி இருக்கிறார். அவை மார்கழிப் பெருமை, பொங்கல், பெட்டிக்கடை நாராயணன், பூக்காரி, விஞ்ஞானி, சுமைதாங்கி, புதுமைக்குப் பயணம், காட்டு வாத்து, கைவல்ய வீதி, மேல் பார்வை, சொல், மன்னிப்பு, போகி, போலி, வெள்ளிவிழா ஆகியவை. அவர் பதினாறு (16) அரசியல் கவிதைகளும் எழுதி இருக்கிறார். அவையும் இவற்றோடு சேர்க்க வேண்டியவை. சொல், மைய அச்சு, முரண், பம்பரம், நரிப்பள்ளம், தேசப்பறவை, ஊடல், உற்பத்தி, நந்தி விலகவில்லை, வியட்நாம், நல்வரவு கூப்பாடு, சில பிணங்கள், குறை, தேவை, எச்சரிக்கை, பேட்டி ஆகியவை. இவை தவிர, மனித நெறி, வாழ்க்கை நெறி பற்றிய கவிதைகள் பதினான்கு எழுதி இருக்கிறார். இவையும் இதோடு சேர்க்க வேண்டியவை. ஒளியின் அழைப்பு, பிரார்த்தனை, எமனுக்கு அழைப்பா, சாகுருவி, லீலை, போலி, திறவுகோல், மணல் நடப்பு, காலண்டர், போட்டி ஆகியவை. இந்த மூன்று அம்சங்களிலும் சேர்த்து நாற்பத்தைந்து (45) கவிதைகள். (சமூகம், சமுதாயம், அரசியல், வாழ்க்கை நெறி) எழுதியிருக்கிறார் ந.பி. அவர் எழுதியுள்ள மொத்தக் கவிதைகளில் (84) இது பாதிக்கு மேல் கூடுதலாக. தத்துவ அம்சத்தில் எழுதியுள்ள சில கவிதைகளிலும் இந்த மனிதாபிமான தொனியைக் காண முடியும். இவை எல்லாம் சேர்த்து பிச்சமூர்த்தியின் சமுதாயப்

பார்வையைத் தூக்கிப் பிடிக்கின்றன. முதன்மையாக பிச்சமூர்த்தி சமுதாய கவியே, அன்புத் தத்துவக்கவி அல்ல.

இதற்குக் காரணம் அவரது 'ரியலிஸ்டிக் பிலாசபி' யதார்த்த தத்துவப்பார்வை கொள்கைதான். (பிரகமாடிக், பிராக்டிகல்) வழியானது. அவருக்கு 'விஷன்' தூரதிருஷ்டிப் பார்வை உண்டு. ஆனால் 'விஷனரி' மனக்கற்பித பார்வையை பிரமையானதும் அல்ல, மனோராஜ்யமும் அல்ல. காரியார்த்தமானது. காரிய சாதகமானது; சாத்யமானது. மனித சக்தி எல்லைக்குள் அடங்கியது. அமல்படுத்தக்கூடியதும் ஆகும். ஏற்கனவே நான் விளக்கி இருப்பது போல கடமையை 'கர்மா' அனுஷ்டிப்பதுதான். மனிதனின் உன்னத லட்சியம் அதுவாகத்தான் இருக்க வேண்டும் என்பது. பிச்சமூர்த்தி முழுக்க முழுக்க மனிதன் லோகாயதப் பார்வைக்கு அவரது ஆன்மீக நோக்கு தன்னை ஆட்படுத்திக்கொள்ளக் கூடாது என்பதுதான் வாழ்க்கை மனித நடப்பு நெறி நிலைக்கு ஒட்டியது, ஒத்து இருப்பது, ஒரே வார்த்தையில் சொல்வதானால் மனிதன், 'சூபர்மேன்' ஆக, உள்ள மனிதனாக அதாவது தத்தவ ஞானி நீட்ஷே சொன்னது போல, 'விரைந்து ஓடிக்கொண்டிருக்கும் புலனின்பங்களை மனதிலிருந்து அகற்றிவிட கற்றுக்கொண்டு உண்மையான இன்பத்தை அடைய தன் ஆக்க சக்தியைப் பயன்படுத்தி வாழவேண்டும்' என்பதுதான் பிச்சமூர்த்தியின் கவிதைக் கொள்கையும் வாழ்க்கைக் கொள்கையும் ஆகும். பிச்சமூர்த்தி வாழ்க்கைக்கு முதல் இடமும் இலக்கியத்துக்கு அடுத்த இடமும்தான் கொடுப்பவர். சரியான இலக்கியம் சரியான வாழ்க்கையிலிருந்துதான் பிறக்க முடியும் என்றும் நம்புபவர்.

பிச்சமூர்த்தி ஒரு ‘ஆப்டிமிஸ்டிக்’ நம்பிக்கைவாதி. மனிதன் மீண்டும் மீட்சி பெறமுடியும் என்று கருதுபவர். மனிதன் நாசமாகிப் போய்விட்டான்; மீளமாட்டான் என்ற ‘பெஸிமிஸ்டி’ அவ நம்பிக்கைவாதியல்ல. அந்நியமாதல், ஆளுமை நெருக்கடி, விரக்தி, போன்ற நசிவு மனப்பான்மை அவருக்கு ஏற்காது. அவர் மரபு (டிரேடிஷன்) தற்காலத்துவம் (மாடர்னிட்டி) இரண்டையும் இழைய வைத்த கவி. ஒன்றுக்கு மற்றது எதிரிடையாகக் கருதுபவர் அல்ல. ஆனால் புதுமைக்காக புதுமை என்று ‘மோகம்’ கொள்வதும் அதுக்கு அடிமை ஆவதும் அவருக்கு உவப்பானதில்லை. மனிதன் சொர்க்கத்திலிருந்து விழுந்தவனாக (பாரடைஸ் லாஸ்ட்) இருந்தாலும் சொர்க்கத்தை மீண்டும் பெறமுடியும் என்று [பாரடைஸ் ரீகெயிண்ட்] என்ற தரிசன நோக்கு கவி.

5. உளவியல் அம்சம்: அடுத்தபடியாக உளவியல் ரீதியில் கவிதைகளை ஆராயும் பார்வைக்கு உளவியல் பார்வை. கவிதைக்கும் அதற்கும் உறவு. கவிதைக்கு அத்யாவசியமான உணர்வுகள், சிந்தனைகள், உணர்ச்சிகள், மனோபாவங்கள் பற்றியது. இவற்றை எப்படிக் கையாண்டு இருக்கிறார் என்று கவிதையில் ஆராய்வது. இந்த உளவியல் பார்வையில் இரண்டு விதங்கள் உண்டு. ஒன்று படைப்பாளியை வைத்து மற்றது படைப்பை வைத்து. ‘ஸைகாலஜி’ என்பதின் விளக்கம் மனது; அது செயல்படும் விதம் பற்றியது. உணர்ச்சி ரீதியாகவும், சிந்தனை ரீதியாகவும் எப்படி மனித மனம் நிகழ்வுகளுக்கும் சந்தர்ப்பங்களுக்கும் மனப் போராட்டங்களுக்கும் ஏற்ப அதைப்பு கொள்கிறது என்று காரண காரியத் தொடர்புகளை வைத்து ஆராயும் இயல். இதில் இரண்டுவிதம். ஏற்கனவே

ஒன்று படைப்பாளி எப்படிப் படைக்கிறான் என்று அவனது வாழ்க்கை வரலாறு ரீதியாகப் பார்ப்பது. அவனுக்கு எழுதத் தூண்டுகோல் எப்படி ஏற்பட்டது, அவனது சொந்த அனுபவத்தின் விளைவா, எந்தச் சூழலில் எழுதினான், எந்தப் பகைப்புலத்தில் அது உருவானது, அவனது படைப்புச் சக்தி, அவனது புற உலகத் தொடர்பு, அவற்றின் பாதிப்பு இத்யாதிகளை வைத்துக் கணிப்பது என்பதற்கு 'பயாகிரபிக்கல்' என்கிற ஜீவ சரித்திர பாணி விமர்சனம். அதை ஒட்டியது இந்தப் படைப்பாளி உளவியல் பாங்கு பார்வை. இது அவனுடைய உணர்வு, கற்பனைத்திறன், அவன் கடைப்பிடித்த வழிமுறைகள், கவிதை உருவான விதம், இப்படி கவிதை உருவாக்குவதில் அவன் படைப்புணர்வு செய்யப்பட்டதை ஆராய்வது. படைப்பைவிட படைப்பாளிக்கு முக்யத்வம் தருவது ஆகும். மற்றது படைப்பில் உளவியல், கதாபாத்திரங்கள், கதா சம்பவங்கள், உணர்வு, உணர்ச்சிகள், சிந்தனைகள், அனுபவங்கள், மன மோதல்கள் (கான்பிளக்ட்) படிமங்கள் மூலம் எழுப்பப்படும் மனோதத்துவ அம்சங்கள், அதைப்புகள் இத்யாதிகள் பற்றிய ஆராய்வு. இந்த இரண்டில் 'படைப்பு' பற்றியது ஆராய்வதுதான் மேலானது. கவிதைக்குள்ளிருந்து தேடி எடுப்பது அதுதான் வாசக ரசனைக்குப் பயன்படுவது, வாசகனுக்கு அனுபவ உணர்வு கொள்வது.

இதை பிச்சமூர்த்தி எப்படிக் கையாண்டிருக்கிறார் என்பதைத்தான் நான் அவர் கவிதை நெடுக கவனித்திருக்கிறேன். உதாரணம் காதல் பற்றிய அவரது கவிதைகளைப் பார்த்தால் இந்த உளவியல் அம்சம் செயல்பட்டிருக்கிறது என்பதைத் தெளிவாக உணரமுடியும். காதல், மோகினியாள்,

உயிர்மகள், மாயை, காதல் - 2, ராதை, சிணுக்கம் ஆகியவற்றில் உணரலாம். அகத்துறைப் பாங்கான கவிதைகளுக்குத்தான் உளவியல் பார்வை பொருந்தும் என்றாலும் பிச்சமூர்த்தியின் ஒப்பற்ற தனித்தன்மை (யூனிக்னஸ்) அவரது அறிவார்ந்த கவிதைகளிலும் உளவியல் அம்சத்தை ஏற்றி இருப்பதுதான், அவரது மானிட குண ஆரோபணி குணி [பெர்சானிபிகேஷன்] பிரயோகம்தான். இயற்கைப் பொருள் ஜடப்பொருள் ஜீவராசிகள் இவற்றிற்கு எல்லாம் உயிர்ப்பு கொடுத்து விடுகிறார். அவற்றின் குரல்கள், உணர்ச்சி, உணர்வு, சிந்தனை இவற்றை வெளிப்படுத்துகின்றன. குயில்கள் விரகதாப உணர்ச்சியை வெளிப்படுத்திப் பேசுகின்றன. (காதல் - 1) விட்டில் உயிராசை தூண்ட சுடரில் தன்னை அர்ப்பணித்துக்கொண்டு ஜோதியில் கலந்து அத்வைத சாதனை புரிகிறது. ‘தீக்குளிர் சோனிக்கமுகு வளர்ச்சியின் மந்திரம் அறிந்து விதியை எதிர்த்து இருளையும் நிழலையும் விலக்கிக்கொண்டு ரவியின் ஒளியைப் பெற முறண்டி வளர்கிறது’ (ஒளியின் அழைப்பு). கூட்டுக் கிளிக் குஞ்சுக்கு உபதேசம், (கிளிக்குஞ்சு) பங்கிட்டு பதுமை பேசல் (பொங்கல்) கருடன் செய்த காரியம் (கவிதைக்கருடன்) ஆகியவை உதாரணம்.

இவை தவிர இருளும் ஒளியும், தாயும் குஞ்சும், அக்னி, மழை அரசி ஆகிய குறுங்கதை காவியங்களில் இயற்கையான இருள் ஒளி சம்பந்தமாக அரக்ககுணம், தெய்வகுணம், அவற்றிற்கு ஏற்ற தேவர்களையும், பிணைத்து உருவகக் கதையாக்கி இருக்கிறார். இருட்டு வெளிச்சம், இவற்றிற்கு உயிர்ப்பு கொடுத்து மனிதப் பேச்சு தோரணை கொடுத்து உணர்ச்சி நிலை சித்தரித்தல், மரபு புதுமை, இரண்டுக்கு குறியீடாகத்

தாய் மீனும் குஞ்சு மீனும் மனித ரீதி விவகார சம்பாஷணை. அதேபோல அக்னி, மழையரசியிலும் இயற்கைப் பொருள்களுக்கு உயிர்ப்பு கொடுத்து மனிதர்களைப் போலப் பேசி நடமாடுதல் ஆகியவற்றில் மானிடப் பாங்கான உணர்ச்சிகரமான உளவியல் ரீதி பாங்கு வெளிப்படுத்தப்பட்டிருப்பதையும் உணரலாம். அவரது உபமானங்கள், உருவகங்களிலும் கூட உளவியல் தன்மை ஏற்றி இருப்பதையும் காணலாம். வழித்துணையில் இவை நிறையக் காணப்படுகின்றன. ஏமாற்றும் காற்றை உட்கொண்ட பாண்டங்கள் உண்டு, காலத்தில் திருட்டு கதி குளம்படிக்கும் அஞ்சுபவர்கள் உண்டு, மனதைக் கற்பூரம் ஆக்கும் பைத்தியங்கள் உண்டு, செய்யும் வேலையன்றி சாயுஜ்யம் அறியாத கொக்குகள், காலக்கண்ணற்று கிணற்றில் வளைய வரும் ஆறுகால் பூச்சி உண்டு, காலம் நில்லாதென்னும் கணக்குப்பிள்ளை காலத்தில் அலைகள் தறிகெட்டு ஓடுதல், காலத்தின் இறகு கமுக்கமாய் பறத்தல், காலம் முகம் சுளித்தல், உலக வழி வேப்பிலையால் காலத்தின் ஜபமாலை உருட்டுதல், கடனுக்கு வேலை, கணக்குக்கு பாண்டம் செய்யும் தொழிலாளி இப்படி நவரச மனித குணத்தை இயற்கைக்கும் ஜடப்பொருளுக்கும் அடை மொழிகள் ஏற்றி உளவியல் பாங்காக நோக்கு கற்பித்துப் பிரயோகித்திருப்பதைக் காணலாம். ஆக, பிச்சமூர்த்தி கவிதைகளில் உளவியல் தன்மை மனித பாத்திரங்கள் மூலமாக நேரடியாக மட்டுமின்றி ஜீவராசிகள், இயற்கை தாவரப் பொருள்கள் மூலம் சூசனை உணர்த்தலாகவும் அமைந்திருக்கின்றன. பிச்சமூர்த்தியின் உளவியல் பார்வை ஆரோக்கியமானதும், மதிப்புள்ளதாகவும், மேம்படுத்தப்பட்டதாகவும், அடிப்படையானதாகவும், இயல்பானதாகவும், லட்சியத்துமானதாகவும் இருக்கிறது. அவரது படிமங்கள் காவிய இயல், நடப்பியல்,

குறியீட்டியல் கலவை பாங்கானவை.

இன்னொன்று சொல்ல வேண்டும். பிராய்டு என்ற ஒரு உளவியல் கொள்கைவாதியின் சைக்கோ அனலிட்டிக் முறை வழியாக சர்ரியலிசம் என்ற உளவியல் ரீதி இலக்கியக் கொள்கை ஒன்று இந்நூற்றாண்டில் புதிய பரிமாணமாக படைப்புக்கும் விமர்சனத்துக்கும் சேர்ந்ததாகும்; அதற்கான விளக்கத்தைச் சுருக்கமாகத் தருகிறேன். வெளித்தெரியும்படியான வெளிப்படுத்தவும் முடியக்கூடியதாக இல்லாமல், அறிவு நிலைக்கும், உணர்வு நிலைக்கும் அப்பால் மனதின் அடி ஆழத்து உள்ளுணர்வான, பிரக்ஞை நிலையிலும் உணர்வு இழந்த நிலையிலும் [சப்கான்சியஸ், அன்கான்சியஸ்] புதைந்து கிடக்கும் மனநிலையைத் துருவிக் கிளப்பி வெளிப்படுத்தும் உளவியல் அம்சக் கொள்கை கொண்டதாகும். கலையிலும் இலக்கியத்திலும் இயற்கைக்கும் இயல்புக்கும் விரோதமாகத் தொடர்படுத்தியும் (ஜக்ட்டா பொஸிஷன்) அண்மைப்படுத்தியும் கூட்டுக் கலவை செய்தும் கம்பைன்ஸ் விபரீதமான வக்கிரமானதும், இசைவு விரோதமான பொருந்தாத படிமங்களை உண்டாக்கி கனவில் காணும் சம்பந்தமற்றதும், பகுத்தறிவுக்கு எட்டாத புத்தி விரோதமான ஒரு ஆரோக்கியம் அற்று மனோபாவதள சித்தரிப்பதும் ஆகும். இது பிச்சமூர்த்தியின் கவிதைகளுக்கு நீஷேதப் பொருள். அதாவது விலக்குப் பொருள் (டேபூ). பிச்சமூர்த்தி கவிதைகளில் இவற்றின் பாதிப்பைக் காண முடியாது. ‘வான் பொருள் தேடி தெருக்களில் தருவோம்’ என்பவர் சகதியைக் கிளறி தெருவில் வீசமாட்டார்.

6. சமுதாய நடப்பியல்: உளவியல் பார்வைக்கு ஒரு ஸர்ரியலிஸ உப பார்வை போல சமூக இயலுக்கு

ஒரு உப பார்வைதான் சமுதாய நடப்பியல் பார்வை (சோஷியலிஸ்ட்டிக் ரியலிசம்) வர்க்கமற்ற சமுதாயத்தை அமைக்க பொருளாதாரத் தத்துவ மார்க்சியக் கொள்கையான மார்க்சிய காவியப் பார்வையின் இலக்கியக் கொள்கைதான் இந்தப் பார்வை. இதை முற்போக்குப் பார்வை என்றும் சொல்லிக் கொள்வதுண்டு. இதுவும் சமூக சமுதாயப் பார்வை என்றாலும் அரசியல், பொருளாதாரம், இரண்டையும் இணைத்துக்கொண்டு சமுதாயம், பொருளாதார நிலை இவற்றை வைத்துதான் இலக்கியப் படைப்புகள் எழுதப்பட வேண்டும். ஏழை பணக்காரன் என்ற வர்க்க வித்தியாசம்தான் சமூகத்தைப் பாதிக்கிறது. வர்க்க வித்தியாசத்தை ஒழித்த சமுதாயம்தான் சிறந்தது என்ற கருத்தில், வயிற்றுப்பசி ஏழ்மை என்ற இரண்டு அம்சங்களைத்தான் சமுதாயத்தைப் பார்க்கவேண்டும். அந்த பாதிப்புகள்தான் சமுதாயத்தைப் பாதிக்கும் சக்தி என்ற பார்வையில் இலக்கியத்தை விமர்சிப்பது, அதாவது மார்க்சியக் கொள்கைக்கு பிரசார சாதனமாக இருக்க வேண்டும் என்பது. கலையழகுக்கு, நயம் பற்றி அந்தப் பார்வையில் இடம் கிடையாது.

பிச்சமூர்த்தி கவிதைகளுக்கும் இந்தக் கொள்கைக்கும் சம்பந்தமே கிடையாது. அவர் எந்தவிதத் தனியொரு அரசியல் கொள்கைக்கும் தன்னை ஆட்படுத்திக் கொண்டவர் அல்லர். அவர் ஆன்மீக லட்சியவாதி; மனிதாபிமானவாதி; தர்மவாதி; ஒழுக்கவாதி; மானிடப் பண்புகளைப் பற்றிய அக்கறை கொண்டவர்; அவனது நிறைகுறை அவதானித்து மனித தத்துவத்தை உயர்த்த விரும்புவர்; பாரதி போல தற்கால சமுதாய சீர்குலைவைச் சாடுபவர்; மனிதனைப் பாதிக்கும் சக்திகளில் அந்த அம்சம் ஒன்றாக இருக்கலாமே தவிர

அதேதான் அடிப்படையானது என்று ஏற்பவர் அல்லர்; ஆனால் இந்த முற்போக்கு எழுத்தாளர்களைவிட முற்போக்குக் கவிதைகள் எழுதி இருக்கிறார். மார்கழிப் பெருமை, பொங்கல், பெட்டிக்கடை நாரணன், கண்டவை, கைவல்ய வீதி, வெள்ளிவிழா, நல்வரவு, தேவை இவற்றைப் பார்த்தால் தெரியும். குறிப்பாக நல்வரவு, தேவை இரண்டையும் சொல்லலாம். இந்த இரண்டிலும் அவர் புரட்சியை, எதிர்பார்க்கிறார். மக்களின் மெத்தனத்தில் புதைந்துவிட்ட சமவெளியை மீட்கவே முடியாது. 'நெருப்புப் பாம்பே! வா. வா' (நல்வரவு) பொறுமைக்கு எல்லையுண்டு, மயில் இறகு போடாது, நவபாரதம் பிறக்க தூக்குமரம் தேவை. [தேவை] இந்த இரண்டும். பாரதி பாடினானே 'தனி ஒருவனுக்கு உணவில்லை என்றால் ஜகத்தை அழித்திடுவோம்' என்று அதுக்கும் மேல் போய்விட்டது. பிச்சமூர்த்தி ஒரு ஆன்மீக கம்யூனிஸ்ட்! அவரோடு சம்பாஷணையில் என்னிடம் சொன்னது. 'காந்தியமே ஒரு ஆன்மீக கம்யூனிஸ்ட்தானே. லட்சியம் ஒன்று. சாதனம் (மீன்ஸ்)தான் வித்யாசம்.' தற்போதைய நாட்டு சீர்குலைவு நிலை அவரைப் பெரிதும் பாதித்திருக்கிறது. கடைசி கவிதைப் படைப்பு காலகட்டத்தில் அவர் எழுதிய இருபத்தி நான்கு கவிதைகளும் நடப்பு நாட்டு நிலை பற்றிய உடநிகழ்கால உணர்வு, வெளிப்படுத்துவதாக இருக்கிறது. ஏற்கனவே கூறி இருக்கிறேன்... பாதி அளவு கவிதைகள் நிகழ்கால 'ரெலவன்ஸி' பொருத்தமான கவிதைகள்.

பிச்சமூர்த்தியின் 'மேஜர்', 'முதன்மை' 'அக்கறை'களைக் காட்டிவிட்டேன். காதல், இயற்கை, அழகு, நீதிநெறி, ஒழுக்கம் முதலிய அம்சங்கள் கொண்ட கவிதைகள் உண்டு. முன்பே கூறிவிட்டிருக்கிறேன். பிச்சமூர்த்தி கவிதை உலகப் பார்வை பெருவீச்சானது.

தனிமனிதன் முதல் பிரபஞ்ச மானிடம் வரை, பரந்துபட்ட பார்வையானது என்பதை வாசகர்கள் உணர்ந்திருக்கலாம். நான் எந்த ஒரு தனித்த கொள்கைப் பார்வைக்கு என்னைக் கட்டுப்படுத்திக் கொண்டு பிச்சமூர்த்தி சொல்வது போல கையில் 'முற்றுப்புள்ளிகளை' வைத்துக் கொண்டு, இந்தப் பார்வைதான் இலக்கியத்தை மதிப்பிட விமர்சிக்க ஒரே சரியான வழி. இதைவிட வேறு பார்வை கிடையாது என்று மூர்க்கமாய் பிச்சமூர்த்தி கவிதைகளைப் பார்க்கவில்லை. எந்த தனியொரு கவிதைப் பார்வை மட்டும் ஒரு தனி மனிதப் பார்வைப் படைப்பாளியின் கவிதை நியாயம் செய்ய முடியாது. கவிஞன் தன்னை ஒரு கோட்பாட்டைக் கொண்டு குறுக்கிக் கொண்ட பார்வை அல்ல. அவன் தன் அனுபவத்தில் உணர்ந்த அம்சங்களை ஒரு லட்சிய குறிக்கோளுடன் மானிடத்தை தீட்சண்யமாக தூரதிருஷ்டியுடன் பார்க்கிறான். அவன் தன் உள்ளுணர்வு, இயற்கை உணர்வு, இயல்புணர்வு, மெய்யுணர்வு ஆகிய வற்றைக் கொண்டு கற்பனையில் ஒரு புது உலகப் பார்வை கொண்டவனாகச் செயல்படுகிறான். அவரே சொல்லுவது போல தன்னறிவுக்கும் மேல் தனி அறிவுக்கும் அப்பாலும் தாரணியையும் தாராதலங்கள் அனைத்தையும் உடலாக்கி புகுந்து விளையாடும். சக்தியின் உதிரத்தில் ஒன்றியவனாக உள்ளுக்குள் இருந்து கணத்திற்கு கணம் உசுப்பாமல் வழிகாட்டு உணர்வாகத் தன்னை உணர்த்துவிடுபவன் கவிஞன். அதோடு முன்னும் இல்லை. பின்னும் இல்லை தொடர் சங்கிலியாக முழுதும், இன்பமாக முற்றிலும் உணர்வுடன் செயல்படுபவன்.

முடிக்கும் முன் சில வார்த்தைகள். பாரதியின் வழி

பிறந்த பிச்சமூர்த்தி போகப்போக தனக்கென நான் மேலே குறிப்பிட்ட கவிதான், சரியான தனக்கென ஒரு தனித்தன்மையான 'பிரபஞ்சிய' உலகப் பொதுவாகப் பார்வை கொண்ட உலக மகா கவிஞன் பிச்சமூர்த்தி. பாரதிக்கு மகாகவி பட்டம் சூட்டிவிட்டோம். சூட்டியவர் வ.ரா. இன்றைய பார்வையில் பாரதி உலக மகா கவிகளில் ஒருவராக இடம்பெற்றுவிட்டார். பிரபஞ்சக் கவி என்ற பட்டத்தைச் சூட்டியவர் ப. ஜீவானந்தம். பிச்சமூர்த்தியும் அந்த வரிசையில் இடம்பெறக்கூடியவர்தான். உலக கவிதை இலக்கியத்தில் தலைசிறந்தவராகக் கருதப்படும் பிரஞ்சுக்கவி பாடிலேயருக்குச் சமமான 'சிம்பாலிக் போயட்' பிச்சமூர்த்தி. உலக கவிதை இலக்கியத்தை ஏதோ என் அளவுக்கு அதிகபட்சம் படித்திருக்கிற ரசனை அனுபவத்தில் நான் இதைக் கூறுகிறேன். தமிழ் தற்காலக் கவிதை இலக்கியத்துறையில் பாரதியும் பிச்சமூர்த்தியும் சிரஞ்சீவித்துவம் பெற்ற இரண்டு மிகப் பெரிய கவிஞர்கள்.

கம்பன் ராமாயணத்தை எழுத முற்பட்டபோது, 'பூனை பாற்கடலில் இறங்கி குடிக்க முற்படும் முயற்சி'யாக, தன்னைக் கணித்துக்கொண்டான். அதேபோல நானும் பிச்சமூர்த்தி கவிதைகளுக்குள் அவரே பாற்கடல் கவிதையில் சொல்வதுபோல, திறந்திருக்கும் மாளிகையாய்ப் பிரிந்திருக்கும் பழம் பெரும் நூல், படிக்கட்டுகளில் இறங்கி தவறி விழுந்து பொருளின் பாற்கடலில் கண்மூடிய பூனை மௌனி பாற்கடலில் அடி இருட்டில் பார்க்கப் பழகுகையில் இருளை மையத்தில் வட்டமாய் வெட்டிவிட, உருவத்தில் ஒளிந்திருந்த முகத்தைக் காட்ட ஆழத்தில் பொருள் தெரிய நிலைகுலைந்து அங்கேயே மூழ்கிய பின் ஒலி

கேட்க, விழிப்புற்று பூனையாக மாறி ஒருவிதமாகக் கரையேறி விட்டேன். பாலைக் குடித்து ருசித்த அளவுக்கு அவரது கவிதைகளுக்கு ஒரு வழித்துணையாக இதை இலக்கிய வாசக சமூகத்தின் முன்பு சமர்ப்பிக்கிறேன்.

பின் இணைப்பு

[குயிலின் சுருதி கவிதைகள் என்ற தமது நூலுக்கு ந. பிச்சமூர்த்தி எழுதிய முன்னுரை]

கவிதை என்பது என்ன என்ற கேள்விக்கு இதுவரையில் யாராலும் சரியான விடைகாண இயலவில்லை. அசை, எதுகை, சீர், அடி, தளை, மோனைகளினாலோ, ஒலி அழுத்தத்தினாலோ அமைவது கவிதை என்று கூறுவது அதன் முழுத்தன்மையும் விளக்கப் போதுமானதல்ல. அதற்காக, விடைகாணும் முயற்சியை நழுவவிடுவதற்குமில்லை. ஓயாமல் புற உலகினின்று பலவிதமான தூண்டுதல்கள் நம்மைத் தாக்கிக் கொண்டே இருக்கின்றன. இத் தாக்குதல்களின் விளைவாக மனதில் திகைப்பு, வியப்பு, வேதனை, நெகிழ்ச்சி, மகிழ்ச்சி முதலிய பல உணர்ச்சிகள் தோன்றி கிளர்ச்சியை உண்டாக்குகின்றன. பல சமயங்களில் எண்ணங்களின் எழுச்சியே மனதை அலைப்பதும் உண்டு. இவை எல்லாம் மனதில் ஏற்படுத்துகின்ற ஆழ்ந்த, மெய்யான ஓர் அனுபவம். மனதை விட்டு விடுபட்டு

உருக்கொள்ளத் தவிக்கும்பொழுது கற்பனையும், தேர்ந்த சொற்களும், படிமமும் சேர்ந்து, கவிதையாய் மலர்கிறது. இக் கவிதையும் இத்தூண்டுதல்களுக்கு எதிரொலி என்ற வகையிலோ, தூண்டுதல்களுடன் இணைந்து சிறக்கும் வகையிலோ, அல்லது அவற்றைப் புறக்கணித்து வாழ்வை விமர்சிக்கும் வகையிலோ அமையலாம். என்ன ஆராய்ந்தாலும் கவிதை காற்றைப் போல விளக்கத்திற்கு அப்பாற்பட்டதாக நிற்கிறது. ஆனால், இரண்டையும் உணரமுடியும். அனுபவமே கவிதைக்கு மூலமும் உரைகல்லுமாகும்.

கவிதையை விட்டுவிட்டு, தமிழ்க் கவிதை உருக்கொண்டுள்ள யாப்பு வகைகளின் பரிணாமத்தைப் பார்க்குங்கால் ஆசிரியப்பா, வெண்பா, வஞ்சிப்பா, கலிப்பா ஆகிய நால்வகைக் கவிதையும், துறை, தாழிசை, விருத்தம் என்ற பாவினங்களாக விரிவடைந்திருப்பது புலனாகிறது. அதிலும் விருத்தம் என்ற பாவினம், சந்த விருத்தம் என்ற வகையாகவும் வளர்ச்சி அடைந்திருக்கிறது. அசையின் அடிப்படையில் எழுந்த கவிதை மாத்திரையின் அடிப்படைக்கு மாறிவிட்டது. தமிழ்க் கவிதையில் ஏற்பட்டுள்ள இந்த மாற்றம் பற்றிக் கூறும் யாப்பிலக்கணம் ஏதுமில்லை. முதல்முதலாக, திரு. வீரபத்ர முதவியார் அவர்களே ‘விருத்தப்பாவியல்’ என்ற நூலில் தமிழ் விருத்தங்களுக்கு மிகுந்த புலமையுடன், சிறந்த இலக்கணம் ஒன்றை அமைத்துத் தந்திருக்கிறார். இன்னும் விரிவான யாப்பாராய்ச்சிக்கு இடம் இருப்பதாகவே நான் கருதுகிறேன்.

யாப்பு முறையில் அடங்காத இசைப்பாடல்கள் என்ற ஒரு வகையும், நாட்டுப் பாடல்கள் என்ற ஒருவகையும் மரபான தமிழ்க் கவிதையுடன் தோன்றி வளர்ந்து வந்திருப்பதையும் இங்கு குறிப்பிட வேண்டும்.

கவிதையில் புதுமை செய்ய விரும்பிய பாரதியார் இசைப்பாடல்களுக்கு முதன்மை தந்தார். பாரதியார் காட்டிய வழியிலேயே இப்பொழுதும் தமிழ்க் கவிதையின் ஒரு பகுதி செல்கிறது.

கடல் போன்று விரிந்த தமிழ்க் கவிதைக்கு எவ்வளவு துறைகள் இருந்தாலும் தேவை அடங்காது.

ஆரம்பத்தில் நான் ஆங்கிலக் கவிதையில் ஈடுபட்டிருந்த பொழுது அமெரிக்கக் கவிஞர் வால்ட் விட்மனின், ‘புல்லின் இலைகள்’ என்ற தொகுப்பைப் படிக்க நேர்ந்தது. கவிதைகள் ஆங்கில யாப்புக்குப் புறம்பாக அமைந்து புது உருவத்தோடு முழுத்தன்மையுடன் செயல்பட்டிருப்பதைக் கண்டு ஆழ்ந்த கிளர்ச்சி அடைந்தேன். பின்னர், பாரதியாரின் கவிதைகளில் ‘காட்சி’ என்ற வசன கவிதைப் பகுதியைப் படித்த பொழுதும் இதேவிதமான கிளர்ச்சி அடைந்தேன். அப்பொழுது, யாப்பு என்ற சொல்லுக்குப் பொருள் தேடுங்கால் விலங்கு என்றதொரு பொருளுமிருக்கக் கண்டேன். இவற்றின் விளைவாகத் தளை முதலியவற்றின் உதவி இன்றியே தமிழிலும் கவிதை இயற்றி, மேல்நாட்டுக் கவிதை எல்லைக்குத் தமிழ்க் கவிதையையும் இட்டுச்சென்று விட வேண்டும் என்ற தூண்டுதல் என்னுள் தோன்றவே, புதுக் கவிதை முறையை 1934ஆம் வருடவாக்கில் சோதனையாக ஆரம்பித்தேன். தொடர்ந்து புதுக்கவிதைகளை எழுதினேன்; எழுதியும் வருகிறேன். அப்பொழுது என்னைப்போல வேறு சிலரும் இத்துறையைப் பயின்றனர். இப்பொழுது பலரும் ‘புதுக் கவிதை’ எழுதி வருகின்றனர். ஆயிரங்காலத்துப் பயிரான தமிழ்க் கவிதையுடன் ஒப்பிடும்பொழுது, புதுக்கவிதை தோன்றி சுமார் முப்பத்தி ஐந்தே ஆண்டுகள் ஆகியிருப்பதை நினைவில் கொள்ள வேண்டும். இப்

புதுச் சோதனை தொடரும் என்றே நான் நம்புகிறேன். இந்த முறையில் நான் எழுதிய கவிதைகள் 'காட்டு வாத்து', 'வழித்துணை' என்ற தலைப்புகளுடன் தொகுத்து வெளியிடப்பட்டிருக்கின்றன.

மனதிற்கு வினோதமான ஒரு இயல்பு உண்டு. எந்த நிலையில் அது இயங்கி வருகிறதோ, அதற்கு நேர் எதிரிடையான முறையில் இயங்கவேண்டுமென்ற நுண் அவா மனதில் எழுவதுண்டு; அந்த முறையில் செயல்படுவதும் உண்டு. ஆழ்ந்து நோக்கினால் உலகம் என்பதே எதிரிடைகளின் இயல்புக்கு என்ற உண்மை புலப்படும். இந்த மாதிரி எதிரிடையான தூண்டுதல் என்னுள் ஏற்பட்டதும், அப்பொழுதே மரபான முறையிலும் கவிதையை அமைத்துப் பார்க்கலாமே என்று தோன்றிற்று. அதன் விளைவாக யாப்புக்கிணங்க கவிதைகளும் புனைந்தேன். அவ்வப்பொழுது அவை பத்திரிகைகளில் வெளியாகிவருகின்றன. 1946, 1947 வாக்கில் குயிலின் சுருதியும், 'போரிய'லும் 'சிவாஜி' மலர்களில் வெளிவந்தன. சில ஆண்டுகளுக்குப் பிறகு 'குமாஸ்தா பாட்டு' 'தேனீ'யில் வெளியாயிற்று. இவற்றுக்கு முன்னரே எழுதப்பட்ட 'காதலின் இரவு' 1968ல் எழுத்து பத்திரிகையில் பிரசுரிக்கப்பட்டது. 'அனங்கன் பிறப்பு' என்ற கவிதை மட்டும் எழுத்துப் பிரதியாகவே இருந்து வந்தது.

ந. பிச்சமூர்த்தி
அமைந்தகரை
2.3.1970.

ந. பிச்சமூர்த்தி

1900—1976

நடேச பிச்சமூர்த்தி 15.8.1900 ஆம் ஆண்டில் தஞ்சாவூர் மாவட்டம் கும்பகோணத்தில் பிறந்தவர். ஹரிகதை, நாடகம், ஆயுர்வேதம், சாகித்யம், தாந்திரீகம் ஆகிய துறைகளில் வல்லவரான நடேச அய்யர் காலமானபோது பிச்சமூர்த்திக்கு வயது ஏழு. கும்பகோணத்திலும் சென்னையிலும் படித்த பின்பு, 1925ஆம் ஆண்டு கும்பகோணத்தில் வக்கீல் தொழில் நடத்த ஆரம்பித்தார். அப்போதுதான் அவருடைய திருமணம் நடைபெற்றது.

கல்லூரிப் படிப்பின் போதே ஆங்கிலத்தில் கதைகள் எழுதிய பிச்சமூர்த்திக்கு 1925 இல்தான் பாரதியின் எழுத்துகளுடன் பரிச்சயம் ஏற்பட்டு, தமிழில் எழுதவேண்டும் என்ற ஆர்வம் ஏற்பட்டது. 1932 இல் 'கலைமகள்' பத்திரிகையில் அவரது முதல் சிறுகதை 'ஸயன்ஸுக்குப் பலி' வெளிவந்தது. அதன்பின் கலைமகள் 1933இல் நடத்திய பரிசுப் போட்டியில்

‘முள்ளும் ரோஜாவும்’ என்ற சிறுகதை பரிசுபெற்று வெளியானது. அதே பத்திரிகையில் தொடர்ந்து சிறுகதைகள் எழுதி வந்த சமயம், வ.ரா.வின் ‘வார மணிக்கொடி’ வெளிவந்தது. அதில் கதைகள், கவிதைகள் தொடர்ந்து எழுதினார். ‘சுதந்திரச் சங்கு’ வாரப் பதிப்பிலும் எழுதினார். பிறகு ராமையாவை ஆசிரியராகக் கொண்ட ‘மணிக்கொடி’யில் கதைகள் அதிகம் எழுதினார்.

1924 முதல் 1938 வரை பதினான்கு ஆண்டுகள் வக்கீல் தொழில் நடத்திய பிறகு அது தனக்கு ஒத்துவரவில்லை என்று கருதியதால், பத்திரிகைத் தொழிலில் ஈடுபட சென்னைக்கு வந்தார்.

1976 டிசம்பர் 4ஆம் தேதி காலமானார்.

www.ingramcontent.com/pod-product-compliance
Ingram Content Group UK Ltd.
Pitfield, Milton Keynes, MK11 3LW, UK
UKHW042016190726
13854UKWH00005B/2304

9 789391 748876